AF762342

കാവ്യക്കേച്ചർ

Kavyacature
Poems

Ravunni

CHINTHA PUBLISHERS
Thiruvananthapuram

First Edition
January 2022

Published & Typesetting
Chintha Publishers, Thiruvananthapuram

Printed at
Print Express, Kochi

Cover Design
Vinod Mangoes

Illustration
Ratheesh Vincent

ISBN : 978-93-93468-21-5

CO - 3067 / 5771

Email: chinthapublishers@gmail.com
Website: www.chinthapublishers.com

A vertion is available at National Libraries
Kolkata, Mumbai, Chennai and Delhi

Distribution
DESHABHIMANI BOOKHOUSE
H O Thiruvananthapuram 695035

Branch
Head Office Kunnukuzhi • Statue Thiruvananthapuram
KSRTC Bus Terminal Thampanoor • Saphalyam Complex Thiruvananthapuram
KSRTC Bus Station Alappuzha • KSRTC Bus Station Ernakulam
Machingal Lane Thrissur • IG Road Kozhikode
Mavoor Road Kozhikode • NGO Union Building Kannur
Central Bus Terminal Complex Thavakkara Kannur

കാവ്യക്ഷേച്ചർ

രാവുണ്ണി

ചിന്ത പബ്ലിഷേഴ്സ്
തിരുവനന്തപുരം-695 035

രാവുണ്ണി

പുരോഗമന കലാസാഹിത്യസംഘത്തിന്റെ സംസ്ഥാന സെക്രട്ടറിയും സാഹിത്യ പ്രവർത്തക സഹകരണ സംഘം ഡയറക്ടർ ബോർഡ് അംഗവുമാണ്.

ട്രഷറി ഓഫീസറായി സർവ്വീസിൽനിന്ന് വിരമിച്ചു. കേരള സംഗീത നാടക അക്കാദമി സെക്രട്ടറി ആയിരുന്നു. സ്റ്റേറ്റ് കരിക്കുലം കമ്മിറ്റിയിലും കേരള സാഹിത്യ അക്കാദമി നിർവ്വാഹക സമിതിയിലും കേരള ചലച്ചിത്ര അക്കാദമി ജനറൽ കൗൺസിലിലും അംഗമായിരുന്നു.

കുഞ്ചൻ നമ്പ്യാരുടെ തുള്ളൽ കൃതികളിലെ ദേശീ സൗന്ദ ര്യബോധം എന്ന വിഷയത്തിൽ നടത്തിയ ഗവേഷണത്തിന് കലാമണ്ഡലം കല്പിത സർവ്വകലാശാലയിൽ നിന്ന് പി എച്ച് ഡി ലഭിച്ചു. 2011 ൽ ആകാശവാണി കൊല്ക്കത്തെയിൽ നടത്തിയ ദേശീയ കവിസമ്മേളനത്തിൽ മലയാളത്തെ പ്രതിനിധീ കരിച്ചു.

അബുദാബി ശക്തി അവാർഡ്, കുഞ്ചുപിള്ള അവാർഡ്, അങ്കണം ഷംസുദ്ദീൻ സ്മൃതി അവാർഡ്, കെ എസ് കെ തളിക്കുളം അവാർഡ്, നുറുങ്ങ് എം എം സേതുമാധവൻ അവാർഡ്, പ്രൊഫ. കടയ്ക്കോട് വിശ്വംഭരൻ അവാർഡ്, പ്രൊഫ. പി കൃഷ്ണകുമാർ അവാർഡ് ഉൾപ്പെടെയുള്ള പുരസ്കാരങ്ങൾ നേടി.

കൃതികൾ: *പതിനഞ്ചു മുറിവുകൾ, അകങ്ങൾ, വൃശ്ചികം, പിന്നേറ്റം, വെളിച്ചം വരുന്ന വഴി, രാവുണ്ണിയുടെ കവിതകൾ, കറുത്ത വറ്റേ കറുത്ത വറ്റേ, കറുത്തരുടെ ജീവൻ, കുട നന്നാക്കാനുണ്ടേ, കാവ്യക്കേച്ചർ* എന്നീ കവിതാസമാഹാര ങ്ങളും *പുതു ചൊല്ലുകൾ* (ബാലസാഹിത്യം) ഉൾപ്പെടെ ഇരുപത് പുസ്തകങ്ങളുടെ രചയിതാവ്.

വിലാസം : രാമാരാമം, എറവ് പി ഒ
തൃശൂർ 680 620
മൊബൈൽ : 9447223742
വെബ്സൈറ്റ് : ravunny.online

ഉള്ളടക്കം

പ്രസാധകക്കുറിപ്പ്

ഇരുണ്ട കാലത്തിന്റെ രാഷ്ട്രീയാവസ്ഥകളെ, ജനപക്ഷത്തു നിന്നുകൊണ്ട് അതിനിശിതമായി വിമർശിക്കുക എന്ന ദൗത്യം ഏറ്റെടുത്ത കവിതകളുടെ സമാഹാരമാണ് *കാവ്യക്കേച്ചർ*. നിശ്ശബ്ദതയാണ് സുരക്ഷിതം എന്നു വിശ്വസിക്കുന്ന ജനസമൂഹത്തിന്റെ മുന്നിൽ സർഗ്ഗാത്മകമായ ഇടപെടലുകൾക്ക് ഏറെ പ്രസക്തിയുണ്ടെന്ന് ചൂണ്ടിക്കാട്ടുന്നവയാണ് ഇതിലെ കവിതകളോരോന്നും...

ജാതിമത വർണ്ണ വർഗ്ഗ ലിംഗ ലൈംഗിക വിവേചനങ്ങൾ ദൃഢതരമായ, പ്രതിലോമകരമായ രാഷ്ട്രീയ അജണ്ടകളെ ഉല്പാദിപ്പിക്കുന്ന അതിയാഥാസ്ഥിതികമായ സാമൂഹ്യ വ്യവസ്ഥിതികളെ അതിനിശിതമായി വിമർശിക്കുന്ന വിമർശന ഹാസ്യത്തിന്റെ ചട്ടക്കൂടിന്മേലാണ് *കാവ്യക്കേച്ചർ* സൃഷ്ടിക്കപ്പെട്ടിരിക്കുന്നത്. മലയാളി സമൂഹത്തിനു ഏറെ പരിചിതനായ രാവുണ്ണി മാഷിന്റെ ഈ കവിതകൾ പുതിയൊരു വായനാനുഭവം പ്രദാനം ചെയ്യുമെന്നത് നിസംശയം പറയാം. ആക്ഷേപഹാസ്യത്തിന്റെ കാവ്യലോകത്തെ, *കാവ്യക്കേച്ചറിനെ* വായനയ്ക്കായി സമർപ്പിക്കുന്നു.

ചിന്ത പബ്ലിഷേഴ്സ്

വാലാട്ടുന്നവരല്ല, കുരയ്ക്കുന്നവരാണ്
യഥാർത്ഥ നായ്ക്കൾ.
നുണയുടെ ഇരുട്ട് അണ്ഡകടാഹത്തെ വിഴുങ്ങു
മ്പോൾ ഏക കർമ്മമിതാകയാൽ
ഞങ്ങൾ കുരച്ചുകൊണ്ടേയിരിക്കും
അതിന്റെ ശമ്പളം കല്ലേറെന്നറിഞ്ഞ്
ഞങ്ങൾ മക്കളോട് പറയും:
"കുരച്ചുകൊണ്ടിരിക്കലാണ് നായത്തം: നരത്വം
ചോരയിൽ കലരാതിരിക്കാൻ കുരച്ചുകൊണ്ടേയിരിക്കുക."

കാവ്യക്കേച്ചർ ഫലിതത്തിന്റെയും ആക്ഷേപഹാസ്യത്തിന്റെയും പുതിയമാനം

നന്ദകിഷോർ

മനുഷ്യനു മാത്രമേ ചിരിക്കാൻ സാധിക്കൂ. മറ്റു ജീവികൾ ചിരിക്കുന്നതായി അറിവില്ല. സംസാരിക്കാനുള്ള കഴിവും അപ്രകാരം തന്നെ. മറ്റു ജീവികൾക്ക് അവയുടേതായ സംവേദനരീതികൾ ഉണ്ടെന്നതു ശരിതന്നെ. പക്ഷേ, അവയൊന്നും സാഹിത്യരചന നടത്തിയതായി അറിവില്ല. അർത്ഥദ്യോതകമായ ശബ്ദത്തിന്റെ വിനിയോഗം മനുഷ്യനു മാത്രമേ ഉള്ളൂ. ശബ്ദവും അർത്ഥവും ചേർന്നതാണല്ലോ സാഹിത്യം. ഭാരതീയ സാഹിത്യാചാര്യാരുടെ ഭാഷയിൽ കാവ്യവാമൊഴി സാഹിത്യമാണ് തുടക്കത്തിൽ ഉണ്ടായിരുന്നത്. പിന്നീട് ശബ്ദത്തിന്റെ വിഗ്രഹമായ അക്ഷരത്തെ മനുഷ്യൻ വാർത്തെടുത്തു. അങ്ങനെ ലിപി ഉണ്ടായി. എഴുത്തു തുടങ്ങി. വ്യക്തിയുടെയും സമൂഹത്തിന്റെയും തലേലെഴുത്തു മാറ്റിമറിക്കുന്ന സാഹിത്യസൃഷ്ടികൾ പിറവിയെടുത്തു.

സമൂഹത്തിന്റെ പിഴച്ച പോക്കിനെ തിരുത്താൻ മനുഷ്യനു സൃഷ്ടിസഹജമായി ലഭിച്ച ചിരി എന്ന അനുഗ്രഹത്തെ ഉപയോഗിക്കുമ്പോഴാണ് സാമൂഹ്യവിമർശഹാസ്യം അഥവാ സറ്റയർ (Satire) പിറവികൊള്ളുന്നത്. ഹാസ്യത്തിന് ഒട്ടനേകം ഉൾപ്പിരിവുകൾ ഉണ്ട്. ഫലിതം, ആക്ഷേപഹാസ്യം, സാത്വികഹാസ്യം, പ്രച്ഛന്ന ഹാസ്യം, ഹാസ്യാനുകരണം, നേരമ്പോക്ക്, പരിഹാസം, അശ്ലീലഹാസ്യം, വിനോദോന്മാദഹാസ്യം തുടങ്ങിയവ അവയിൽ ചിലതാണ്. നാട്യശാസ്ത്രി ഭരതമുനിയുടെ അഭിപ്രായത്തിൽ സ്മിതം, ഹസിതം, വിഹസിതം, ഉപഹസിതം, അപഹസിതം, അതിഹസിതം എന്നിങ്ങനെയാണ് ആറുതരം ചിരികൾ. ശിവേതരക്ഷതി അഥവാ അമംഗളമായതിന്റെ ഇല്ലാതാക്കൽ കാവ്യത്തിന്റെ പ്രധാന പ്രയോജനങ്ങളിൽ ഒന്നാണെന്ന് പണ്ടുള്ളവർ പറഞ്ഞിട്ടുണ്ട്. സറ്റയർ എന്ന ഹാസ്യശാഖയുടെ ഉദ്ദേശ്യവും ഇതുതന്നെ. പരിഹസിച്ചു പവിത്രീകരി

ക്കുക (To purify by ridicule) എന്ന ലക്ഷ്യത്തോടെ ഇറങ്ങിറ്റട്ടെ ഘന ഗംഭീര ഫലിതസമ്രാട്ടുക്കളുടെ ഒരു നീണ്ട നിര തന്നെ മലയാളത്തിലു ണ്ട്. തോലൻ മുതൽ ട്രോളൻ വരെ ഉൾക്കൊള്ളുന്നു ചിരിയുടെ നീണ്ട നിര.

ഈ നിരയിലേയ്ക്ക് കാവ്യക്കേച്ചർ എന്ന കവിതാപദ്ധതിയുമായി കവി രാവുണ്ണി രംഗപ്രവേശം ചെയ്യുകയാണ്. അദ്ദേഹം കവി എന്ന നില യിൽ ഖ്യാതിനേടിയിട്ടുള്ള ആളാണ്. അദ്ദേഹത്തിന്റെ കവിതകളിൽ സാമൂഹ്യവിമർശം കണ്ടിട്ടുമുണ്ട്. ഇപ്പോൾ ഇതാ കവിതയുടെ കാരിക്കേ ച്ചറുമായി ഈ കവി നമ്മുടെ മുമ്പിലെത്തുന്നു. കവിതക്കേച്ചർ എന്ന പേരുതന്നെ ചിരിപ്പിക്കുന്നതാണ്. ഈ പുസ്തകം ആപാദമസ്തകം സാമൂഹ്യവിമർശനമാണ്. ഇതിലെ ഓരോ കവിതയേയും പ്രത്യേകമെ ടുത്ത് പരിശോധിക്കുക എന്ന സാഹസത്തിനു മുതിരുന്നില്ല. രാവുണ്ണി യുടെ സാമൂഹ്യവിമർശന നൈപുണിക്ക് ഉദാഹരണമായി സ്ഥാലീപു ലാകന്യായേന ചില ഉദാഹരണങ്ങൾ നോക്കാം.

മറ്റു ജീവജാലങ്ങളുടെ ആവാസവ്യവസ്ഥയിൽ ഒട്ടകം കയറിപ്പറ്റി ആദിമനിവാസികളെ പുറത്താക്കുന്നു. അതിനുശേഷം പൗരത്വമുള്ളവരെ മാത്രമേ അകത്തേയ്ക്ക് പ്രവേശിപ്പിക്കൂ എന്ന ഒരു ബോർഡ് വയ്ക്കു ന്നു. ഇത് ഊന്നുന്നത് എന്തിനെയാണെന്ന് കേവലം സ്ഥൂലദൃക്കുകൾക്കു പോലും സുഗ്രാഹ്യമാണ്.

'ഗൗളിശാസ്ത്ര'ത്തിൽ ചിലക്കാൻ പറ്റാത്ത പല്ലിയുടെ വിഷാദമാണ് കാണുന്നത്. പല്ലി ചിലച്ചാൽ സത്യം എന്നാണല്ലോ പരമ്പരാഗത ധാര ണ. ഇവിടെ പല്ലിക്കു ചിലക്കാൻ പറ്റുന്നില്ല. കാരണം സർവ്വം കള്ളമയം. സത്യം കണ്ട് ചിലച്ച് തന്റെ സാന്നിധ്യമറിയിക്കാൻ പല്ലി കാത്തിരിക്കു ന്നു. അത് അസാധ്യമെന്നറിയുമ്പോഴും ഇതിൽ പല്ലിയുടെ വാല് സ്വയം മുറിയുന്നതു മുതൽക്ക് പല്ലിയെക്കുറിച്ച് സമൂഹത്തിൽ വേരുറച്ചിട്ടുള്ള ധാരണ കള്ളമെല്ലാം യഥോചിതം, പുതിയ മാനങ്ങളോടെ പരിശോധി ച്ചിട്ടുണ്ട്.

'ശാന്തിയും അശാന്തി'യും എന്നത് കൊറോണക്കാലത്ത് ജീവനും കൊണ്ടു പായുന്ന സർവ്വചരാചര രക്ഷകരായി നടിക്കുന്നവരെ കിഴുക്കു ന്നതാണ്. രക്ഷ വേണമെങ്കിൽ ആശുപത്രി തന്നെ ശരണം. അതായത് സയൻസിനു മാത്രമേ ഈ മഹാമാരിയിൽ നിന്നു മാനവരാശിയെ രക്ഷി ക്കാൻ സാധിക്കൂ എന്നു വ്യംഗ്യം.

'ചേനക്കാര്യത്തിനിടയ്ക്ക് ഒരാനക്കാര്യം' എന്ന കാവ്യക്കേച്ചർ രാജ ചിഹ്നങ്ങളണിഞ്ഞ നാട്ടാനയും വന്യസൗന്ദര്യമുള്ള കാട്ടാനയും തമ്മി ലുള്ള സംഭാഷണമാണ്. പലതും അവർ സംവദിച്ചു. അവസാനം 'അവ നവനെ അറ്യാത്തോര് ആന്യായിട്ടെന്താ കാര്യം' എന്നു പറഞ്ഞ് പിരിയു ന്നു. ആ ഉപചാരം ചൊല്ലിപ്പിരിയൽ ശ്രദ്ധേയമാണ്. കൊമ്പുകുലുക്കി കാട്ടാന കാട്ടിലേയ്ക്കു പോയി. വാലാട്ടി നാട്ടാന നാട്ടിലേക്കു പോയി. വാലാട്ടാൻ മനുഷ്യൻ ആനയെ പരിശീലിപ്പിച്ചതിനാൽ നാട്ടാന വാലാട്ടി

യായി. വാലാട്ടികളെ വളർത്തെടുത്തുപയോഗിക്കുന്ന മനുഷ്യരേയും വ്യവസ്ഥിതിയേയും അസ്സലായി പരിഹസിക്കുന്നു. സ്വത്വബോധം കൈവെടിഞ്ഞാൽ ആനയും പൂനയും ശരിതന്നെ എന്ന് പറഞ്ഞുവെച്ചിരിക്കുന്നു.

'കൂക്കുവിളിയുടെ രാഷ്ട്രീയമാനങ്ങൾ' അതികേമമായിട്ടുണ്ട്. കുറുക്കന്റെ അർദ്ധരാത്രിയിലെ ഓരിയിടൽ കേട്ട് ഓടിയെത്തുന്നവരിൽ ദമ്പതികൾ വിഗ്ഗു മാറി ധരിച്ചും, പതിവുപോലെ പരസ്പരം സംശയിച്ചും എന്ന് ദാമ്പത്യത്തിലെ ജാടയെ പരിഹസിക്കുന്നു. അവിടെ നിന്നു തുടങ്ങി ആർത്തിയും ആസക്തിയും പകയും ദുരയും വെറുപ്പും കൊണ്ട് നിർമ്മിച്ചെടുത്ത മനുഷ്യന്റെ 'പകൽമാന്യത' കണ്ട് ഓക്കാനം വന്ന് ഛർദ്ദിക്കാനും കൂടി പറ്റാണ്ട് കൊരക്കണെ കൊരയാ നായ്ക്കളുമതെന്ന നിരീക്ഷണം ഇന്നത്തെ കാലത്തെ നിർത്തിപൊരിക്കുന്നതാണ്. കോഴി കൂവുന്നത് മനുഷ്യന്റെ രാത്രിയിലെ നടപടിദുഷ്യങ്ങൾ കണ്ട് സഹികെട്ടിട്ടാണ് നേരം വെളുത്തുന്നറിയിക്കാനല്ല, എന്നു കൂടിയാവുമ്പോൾ ജീർണ്ണിച്ച സാമൂഹ്യഘടനയുടെ തുരുമ്പിച്ച തൂണിൽ ഒന്നാന്തരം ഒരു പ്രഹരമേൽപ്പിച്ച പ്രതീതി ഉണ്ടാകുന്നു.

കാവ്യക്കേച്ചറുകളോരോന്നും ഇത്തരത്തിൽ മികവുറ്റതാണ്. മിഴിവുറ്റതാണ്. ചിരിയുറ്റതാണ്. മനുഷ്യകേന്ദ്രീകൃതമായ ലോകത്തിൽ, ബുദ്ധിയും ബോധവുംകൊണ്ട് മറ്റു സൃഷ്ടികളേക്കാൾ മേലെ നിൽക്കുന്ന മനുഷ്യർ സർവ്വവിധ വിഭാഗീയതചിന്തകൾക്കും അതീതമായി ജീവികളേയും ആവാസവ്യവസ്ഥയേയും സംരക്ഷിക്കാൻ ചുമതലപ്പെട്ടവരാണ്. ആ കർമ്മം ആവുന്നത്ര സത്യസന്ധമായും ആത്മാർത്ഥമായും നിറവേറ്റാതെ സ്വന്തം മനസ്സിന്റെ അതിരുകവിഞ്ഞ ദുർമോഹങ്ങൾക്കു വശംവദരായി, ഏതു നല്ല വ്യവസ്ഥിതിയേയും തകരാറിലാക്കി, ജീവിതത്തെ ജീവിതവ്യമാക്കാതെ തെറ്റായ ആശയങ്ങൾ പ്രചരിപ്പിച്ച് മനുഷ്യരെ വിഭജിച്ച്, തമ്മിൽത്തല്ലിച്ച്, മനുഷ്യരുധിരം കൊണ്ട് വസുധയെ നനയ്ക്കുന്ന തെറ്റായ മാനസികപ്രവണതകളെ പരിഹസിച്ച് പരസ്പരം സാപേക്ഷതയിൽ വർത്തിക്കുന്ന വ്യക്തിയേയും സമൂഹത്തേയും ശുദ്ധീകരിക്കുക എന്ന ആക്ഷേപഹാസ്യത്തിന്റെ വിമർശനത്തിന്റെ ശ്രേഷ്ഠമായ ഉദാഹരണങ്ങളാണ് ഈ കവിതക്കേച്ചർ. രാവുണ്ണിക്ക് ഇത്തരം കവിതകളെഴുതാൻ ഇനിയും ഇടവരട്ടെ എന്ന് പ്രാർത്ഥിച്ചുകൊണ്ട് സർവ്വവിധ ഭാവുകങ്ങളും നേരുന്നു.

പൗരത്വം

“**മി**ത്രങ്ങളേ, സഹോദരങ്ങളേ” എന്ന അശരീരി കേട്ടാണ്
ദ്രാവിഡരും ഗോത്രവർഗ്ഗക്കാരുംതൊട്ട്
പുല്ലും പുഴുവും പൂമ്പാറ്റയുമുൾപ്പെടെ
മുള്ളും മുല്ലയും മുക്കുറ്റിയുംവരെ
കൂടാരത്തിലുണ്ടായിരുന്നവർ കാതോർത്തത്

“പൊള്ളുന്ന വെയിലാണ്, മിത്രങ്ങളേ
ഒരു തല മാത്രം കൂടാരത്തിലൊന്ന് കടത്തിക്കോട്ടെ, സഹോദരങ്ങളേ?”
യാതനാഭരിതമായ യാചനകേട്ട്
ആദിമനിവാസികളുടെ മനസ്സലിഞ്ഞു.

ആദ്യം ഒരു തല
പിന്നെ കഴുത്ത്
പിന്നെപ്പിന്നെ
മുൻകാലുകൾ
വലിയ ഉടൽ
പിൻകാലുകൾ
ഒട്ടകം കൂടാരത്തിൽ കയറിപ്പറ്റി

മെയ്യഭ്യാസവും വിദ്യാഭ്യാസവുമുള്ള ഒട്ടകം

14 കാവ്യക്കേച്ചർ

രാവുണ്ണി

ഒന്നു പെരുമാറി നോക്കിയപ്പോളുണ്ട്
ആദിമനിവാസികളൊക്കെ പുറത്ത്.

കുടാരത്തിനു മുന്നിൽ ഒരു ബോർഡ് പ്രത്യക്ഷപ്പെട്ടു;
"പ്രവേശനം പൗരത്വമുള്ളവർക്കു മാത്രം.
അതിക്രമിച്ചു കടക്കുന്നവർ ശിക്ഷിക്കപ്പെടും."
....

ഉപായത്തിലൊരു ചെന്നായും
അപായത്തിലൊരു ആടും

പഴയ കഥയിലെ
ചെന്നായ
ആട്ടിൻകുട്ടിയും
പഴയ പുഴയത്തുതന്നെ
കണ്ടുമുട്ടി.

ചെന്നായ അതേ ആർത്തിയോടെ
ആട്ടിൻകുട്ടി അതേ നിഷ്കളങ്കതയോടെ
ചരിത്രത്തിൽ നിന്നൊന്നും പഠിക്കാതെ-

ഇതാണ് പറയുന്നത്
സ്വന്തം ഭൂതകാലത്തോട് ഉദാസീന കാണിക്കുന്നവർ
വീണ്ടുമൊരാവൃത്തികൂടി
അതിൽ ജീവിക്കേണ്ടിവരുമെന്ന്.

ചെന്നായ എന്നുകേട്ടാൽ നായാണെന്നു തോന്നും
തോന്നലൊക്കെ തെറ്റ്
വാലാട്ടില്ല, കുരയ്ക്കില്ല, കാൽ നക്കില്ല
കാവലില്ല, കൂവലില്ല
ചെന്നിറമില്ല; ഇളിഞ്ഞ കുങ്കുമനിറം മാത്രം.
ആടെന്നു കേട്ടാൽ ആടുന്നെന്നു തോന്നും
എന്നാൽ ആടില്ല ആടയില്ല ആടലില്ല
ഉടൽ മൂടലില്ല

ഉരുണ്ടുകൊഴുത്ത ആട്ടിൻകുട്ടിയെ കണ്ടപ്പോൾ

ചെന്നായയുടെ വായിൽ വെള്ളമൂറി
(കഥകളിൽ ദുഷ്ടകഥാപാത്രങ്ങൾക്കു മാത്രമുള്ള
ഏർപ്പാടാണ്
വായിൽ വെള്ളമൂറൽ.
ചില കഥാകൃത്തുക്കൾ വായിലെ വെള്ളത്തിൽ
കപ്പലിറക്കുകയും ചെയ്യും.)

ചെന്നായ മുരടനക്കി
അടക്കി എന്നുവെച്ചാൽ അലറി
ഹായ് ഹൂയ് ഹും
നീ ഇത്രയ്ക്കായോ?
ദേശീയസാഹചര്യം അനുസരിച്ച്
ചെന്നായ ആദ്യമേതന്നെ
ശിക്ഷ തീരുമാനിച്ചു
പിന്നെ വിചാരണ
ശേഷം കുറ്റപത്രം
ഒടുവിൽ അന്വേഷണം.

അല്ലാതെ കാലഹരണപ്പെട്ട
ജനാധിപത്യത്തിലുള്ളതുപോലെ
അന്വേഷണം-കുറ്റപത്രം-വിചാരണ-ശിക്ഷാവിധി
എന്ന ക്രമത്തിലുള്ള പഴഞ്ചൻ ഏർപ്പാടിലൊന്നും
ഭവാന് വിശ്വാസമില്ലല്ലോ.

"നിന്നെ ഞാൻ ഇപ്പൊ കൊല്ലും
തുണ്ടംതുണ്ടമാക്കി
ഉപ്പു തേയ്ക്കാതെ തിന്നും."

"അയ്യോ
അടിയനെന്തു തെറ്റുചെയ്തു എശ്മാനരേ?"

"നീയോ?
നീ എനിക്കു കുടിക്കാനുള്ള വെള്ളംകലക്കി
കുടിവെള്ളം കിട്ടാതെ ഞാൻ പൊരിയുന്നു.
നിന്റെ ചോരവേണം എനിക്കു ദാഹം തീർക്കാൻ."

"എശ്മാനരേ
അങ്ങു മുകളിലും ഞാൻ താഴെയുമല്ലേ.
പിന്നെങ്ങനെ വെള്ളം കലങ്ങാനാണ്?
സത്യം സത്യമായിട്ടും
ഞാനൊന്നും ചെയ്തിട്ടില്ലേ."

"സത്യം എന്റെ ഭാഗത്താണ്.
ഞാനെന്തുപറഞ്ഞാലും സത്യമായിത്തീരും.
നേരു പറഞ്ഞോ
നീ ഗോമാതാമാംസം ഭുജിച്ചില്ലേ?"

"അയ്യോ ഏമാനേ
അടിയൻ ഇലയും വെള്ളവും മാത്രം കഴിക്കുന്ന
സാധുവല്ലേ
എശ്മാനരല്ലേ മാംസഭുക്ക്?"

"ഞാനെല്ലാ ബുക്കും വായിക്കും.
വേദേതിഹാസങ്ങൾ എനിക്കു സ്വന്തം.
കേട്ടാൽ നിന്റെ കാതിൽ ഉരുക്കിയ ഈയമൊഴിക്കും
കണ്ടാൽ കണ്ണു കുത്തിപ്പൊട്ടിക്കും."

"എശ്മാനരേ കശ്മലരാവരുതേ...
അടിയൻ ഒരു തെറ്റും ചെയ്തിട്ടില്ലേ..."

"ചെയ്തില്ലെന്നോ?
നിന്റെ മുത്തച്ഛൻ എന്റെ മുത്തച്ഛന്റെ കുടിവെള്ളം കലക്കി
നിന്റെ അച്ഛൻ എന്റെ അച്ഛന്റെ കുടിവെള്ളം കലക്കി
നീ എന്റെ കുടിവെള്ളം കലക്കി
ഇതുമാത്രമോ
ദേശീയഗാനം ചൊല്ലുമ്പോൾ നീ എഴുന്നേറ്റു നിന്നില്ല
ദേശീയ പതാകയെ വന്ദിച്ചില്ല
ദേശഭക്തരായ സൈനികരെ സ്മരിച്ചില്ല
അതൊക്കെ സഹിക്കാമെന്നു വെയ്ക്കാം
എന്നോട് യാചിക്കേണ്ടതിനു പകരം
നീ ദൈവത്തോട് അപേക്ഷിച്ചു
സൃഷ്ടിസ്ഥിതിസംഹാരകൻ ഞാനാണെന്നതു മറന്നു
ഇതിനേക്കാൾ വലിയ രാജദ്രോഹമുണ്ടോ?
ഇതിനേക്കാൾ വലിയ രാജ്യദ്രോഹമുണ്ടോ?"

"എശ്മാനരേ
ഒരു ഗതിയും കിട്ടാതുള്ളൊരു ഓട്ടപ്പാച്ചിലിനിടയ്ക്ക്..."

ഓട്ടപ്പാച്ചിൽ എന്നു കേട്ടതേയുള്ളൂ
ചെന്നായ ഒറ്റ ഓട്ടം
ഒറ്റ പാച്ചിൽ
ബ്ടും
അത്ഭുത കഥയിലെന്നപോലെ
ആട്ടിൻകുട്ടി അപ്രത്യക്ഷപ്പെട്ടു.

പരിഹാരശാല

ചട്ടുകം, കോടാലിക്കൈ, പിടിവള്ളി, മലർപ്പൊടി, കുറുവടി,
പഴഞ്ചാക്ക്, ഓട്ടക്കലം, ആപ്പ്, അള്ള്, കൈതോല, തേടിയ വള്ളി
എന്നിവർ സുപ്രീംകോടതിക്കു മുമ്പിൽ പ്രതിഷേധയോഗം ചേർന്നു
കാണ്ടാമൃഗം, ഹിപ്പോപ്പൊട്ടാമസ്, കഴുത, പട്ടി, കുറുക്കൻ
ഈനാമ്പേച്ചി, മരപ്പട്ടി, ഒട്ടകം എന്നിവർ
കേട്ടറിഞ്ഞ് ഐക്യദാർഢ്യവുമായി അവിടെയെത്തി.

അപമാനംകൊണ്ടെനിക്കിരിക്കാൻ വയ്യേ എന്ന് അദ്ധ്യക്ഷൻ
ഇതിലും ഭേദം മരണമാണെന്ന് ഉദ്ഘാടകൻ
അഭിമാനത്തോടെ ജീവിക്കാൻവയ്യെന്ന് മുഖ്യ പ്രഭാഷക

“നീചരും കുടിലരും വിഡ്ഢികളും നിർഗ്ഗുണരുമായ
സഹജീവികളെ വിശേഷിപ്പിക്കാൻ മനുഷ്യർ ഞങ്ങളുടെ പേര്
ദുരുപയോഗിച്ചുവരുന്നു
ഇത് വംശീയമായ അധിക്ഷേപമാണ്
മതനിന്ദയുമാണ്.
ഞങ്ങളെ മനുഷ്യരോടുപമിക്കുന്നതും
മനുഷ്യരെ ഞങ്ങളോടുപമിക്കുന്നതും
സഹിക്കാൻ പറ്റൂല.
അയ്യയ്യയ്യയ്യേ....

അതിനാൽ
ഇത്യാദി ഉപമകളും ഉൽപ്രേക്ഷകളും കണ്ടുകെട്ടാനും

ടി പ്രയോഗങ്ങൾ നടത്തിയ എഴുത്തുകാരെയും മാധ്യമരെയും നേതാക്കളെയും മരണംവരെ തൂക്കിലിടാനും ഉത്തരവാകണം."

"വിശാലൗ ബെഞ്ചഹ" എന്ന് ബഹുകോടതി
ഉടനടി (ന്ന് ച്ചാൽ കാൽ നൂറ്റാണ്ടിനുശേഷം) ഉത്തരവിട്ടു.
കറുത്ത കോട്ടും കറുത്ത കണ്ണടയും കരിങ്കൊടിയും
കരിമഷിക്കണ്ണുകളുമുള്ള ഭരണഘടനാ വിദഗ്ദ്ധ
ഉത്തരവിനെ ഇപ്രകാരം വിശദീകരിച്ചു:
"ഇതൊരു കൊതുതാല്പര്യഹർജിയായി പരിഗണിച്ച്
കോടതി സ്വമേധയാ കേസെടുത്തിരിക്കുന്നു.
പ്രശ്നത്തിന്റെ ഗൗരവം കണക്കിലെടുക്കുമ്പോൾ
ഇതിലൊരു ഭാഷാപ്രശ്നം അന്തർഭവിച്ചിട്ടില്ലേ
എന്നാലോചിക്കുന്ന കാര്യം
വിശാലബഞ്ചിനു വിട്ടിരിക്കുന്നു."

പിന്നെയും കാൽനൂറ്റാണ്ടു നീണ്ടുനിന്ന ചിന്തൻ
ബൈട്ടക്കിനുശേഷം വിശാല ഉവാച:
"മതനിന്ദ ആവർത്തിക്കാതിരിക്കാനും
വംശീയാധിക്ഷേപം തടയാനും
ക്രമസമാധാനം സംരക്ഷിക്കാനുംവേണ്ടി
ഒരു സമവായ നീക്കം എന്ന നിലയിൽ
പ്രതികൾക്ക് ഓരോ ഉഗ്രശാസനയും
ഈരണ്ട് തൈർസാദവും ഉടൻ നല്കുക.

പരാതിക്കാർക്ക്
വേറൊരു മലയാളഭാഷ പണിതു കൊടുക്കുക.

കോടതി അനിശ്ചിതകാലത്തേക്ക് പിരിഞ്ഞിരിക്കുന്നു."

മുതലഗൗളി

ഗൗളിയെ ആരും ഗൗനിക്കാതിരിക്കരുത് കേട്ടോ
സന്ന്യാസിയുടെ നിസ്സംഗതപോലെ
നിശ്ശബ്ദത പാലിച്ച്
ഒളിച്ചുനിന്ന് പുറത്തുചാടി
അഭ്യാസിയെപ്പോലെ

ഒന്നു ശ്രദ്ധിച്ചുനോക്കു
എന്തൊരു ഏകാഗ്രത
എന്തൊരു സൂക്ഷ്മത

വാസ്തവത്തിൽ ഈ ഗൗളി
ഇങ്ങനെ ഉത്തരത്തിൽ പറ്റിപ്പിടിച്ച്
ഒതുങ്ങി നില്ക്കേണ്ടോനല്ല
ഉന്നതകുലജാതനാ
വിഖ്യാത വംശജൻ
ധീരോദാത്തൻ
അതിപ്രതാപഗുണവാൻ

വെറും ഗൗളീന്നു പറഞ്ഞാൽ മൂപ്പര് ക്ഷോഭിക്കും
മുതലഗൗളി എന്ന് വിളിച്ചാലേ മുഖം തെളിയൂ
മുതലത്തറവാട്ടിലാണ് പിറവി
എന്താ ഞെട്ടൽ തോന്നുന്നുണ്ടോ
തോന്നണ്ട

24 കാവ്യക്കേച്ചർ

രാവുണ്ണി

സാക്ഷാൽ മുതലയെ
ക്ലോൺ ചെയ്തെടുത്തതാണ് ഈ ഗൗളിയെ
കാവ്യഭാഷയിൽ പറഞ്ഞാൽ
ഈ ഗൗളിയെ പാടിനീട്ടി
ഗുരുവാക്കിയെടുത്തതാണ് ആ മുതലയെ

ശാസ്ത്രത്തിന്റെയും കവിതയുടെയും കഴിവ്
അപാരംതന്നെ, അല്ലേ!

സത്യശാസ്ത്രത്തിലും സാഹിത്യാദി കലകളിലും
നല്ല വ്യുല്പത്തിയാണ് മഹാന്.
ഗൗളിശാസ്ത്രം എന്നൊരു കവിത ഉപായത്തിലെഴുതി
നെഗളിച്ചു നില്ക്കുന്ന എന്നെനോക്കി
മൂപ്പിലാൻ പറഞ്ഞതിങ്ങനെ:
എന്റെ മുറിവാലിനെ വ്യാഖ്യാനിച്ചെഴുതിയെഴുതി
എത്രയോ മുറിക്കവികൾ മഹാകവികളായി
ദേ, ഇപ്പോൾ എന്നെക്കൊണ്ടിതു പറയിപ്പിക്കുന്ന
ഈ കാക്കവി വരെ."

അതുകേട്ട ഞാൻ
ഒരു അരക്കാൽക്കവിയായി ചുരുങ്ങി
അരയ്ക്കുമീതെ തളർന്ന്
തൽക്ഷണം കിടപ്പിലായി.

തലപ്രശ്നം

തലയാണിഷ്ടാ ഇപ്പഴത്തെ പ്രശ്നം

തലശ്ശേരിയുടെ തലയല്ല
തെക്കേത്തലയുടെ തലയല്ല
അങ്ങേത്തലയുമിങ്ങേത്തലയുമല്ല
തറുതലയും മറുതലയുമല്ലേ
തല തല്ലും തല
തലപ്പൊക്കത്തല
തലയന്റെ തല

കാലത്തെഴുന്നേറ്റു വന്നാൽ
തല കഴുക്കോലിലിടിക്കും
ആ ഇടിയുടെ മുഴക്കമാണ്
എന്നുമെനിക്കുള്ള ഗുഡ് മോണിങ്

ഒമ്പതാം വയസ്സിൽ
ഉപനയനം കഴിഞ്ഞ്
മുടിയങ്ങ് വളർത്തിത്തുടങ്ങിയ നാൾതൊട്ടേ
ആരംഭിച്ച ഇടിയും മുട്ടലുമാണ്
ശമനമില്ലാതിപ്പൊഴും.

അഞ്ചാം ക്ലാസിൽ പഠിക്കുമ്പോൾ
എനിക്ക് പത്താം ക്ലാസുകാരന്റെ ഉയരമുണ്ടായിരുന്നു

എട്ടിലെത്തിയപ്പോഴേക്കും
ഉയരതാരമായി
പൊക്കക്കാരാ പൊക്കക്കാരാ എന്ന്
കുട്ടികൾ ആദരവോടെ വിളിച്ചു

കല്ല്യാണിയുടെ വീട്ടിലെത്തിയാൽ
തല ഉത്തരത്തിലിടിക്കും
ചോദ്യത്തിന്റെ ഉത്തരമല്ല
വീടിന്റെ ഉത്തരം

ചോദ്യത്തിന്റെ ഉത്തരത്തിലും
എന്റെ തല നിത്യവും ഇടിക്കാറുണ്ട് കേട്ടോ
ടീച്ചർമാർക്ക് ശരിയായ ചോദ്യം ചോദിക്കാനറിയാത്തതിനാൽ
നല്ല നല്ല വിദ്യാർത്ഥികളൊക്കെ കഷ്ടത്തിലാണെന്നേയ്

തലപ്പൊക്കക്കാരന്
അടി കിട്ടുന്നതൊക്കെ തലയ്ക്കാണ്
മന്ത്രിമാരേ, പൊലീസേ, കോടതീ,
ഈ പാവം തല എന്തുചെയ്തിട്ടാ
ണ്ണിം... ണ്ണിം... ണ്ണിം... ന്നെപ്പോഴും?

പഠിക്കാത്തതുകൊണ്ടല്ല എന്നെ പിൻബെഞ്ചിലിരുത്തിയത്
ഞാൻ മുന്നിലിരുന്നാൽ
പിന്നിലിരിക്കുന്നവർക്ക് ടീച്ചറെ കാണില്ല
ടീച്ചർക്ക് പിൻബെഞ്ചുകാരെയും.
പരിഹാരം-ഞാനെന്നും പിൻബെഞ്ചിൽ
ഈ പിന്നാക്കക്കാരന്
സംവരണത്തിന്റെ ആനുകൂല്യമൊന്നും ഇതുവരെ കിട്ടിയതുമില്ല.

ചോദ്യംചെയ്യാൻ വിളിച്ചുവരുത്തിയ എന്നെനോക്കി
ഹെഡ്മാസ്റ്റർ അന്ധാളിച്ചു
ഗള്ളിവറിന്റെ മുമ്പിൽനിന്ന ലില്ലിപ്പുട്ടനെപ്പോലെ.
എന്നെ കൈയോടെ സ്കൂളിൽനിന്ന് പുറത്താക്കി
ഹെഡ്മാസ്റ്ററേക്കാൾ വലിയ ആരും സ്കൂളിൽ പാടില്ലെന്ന്!
ഇതെന്തു ഞായം?
വില്ലേജ് ഓഫീസും പൊലീസിൻസ്പെക്ടറും കളക്ടറുമൊക്കെ
ഈ നിലപാടെടുത്താൽ
ഞാനെവിടെപ്പോയി ജീവിക്കും സാർ?

28 കാവ്യക്കേച്ചർ

രാവുണ്ണി

താഴെ നിന്നുകൊണ്ടുതന്നെ ഞാൻ തേങ്ങയിടുന്നു
മാങ്ങ പറിക്കുന്നു, ചക്കയിടുന്നു
ഏതു ശ്ലോകവും ചൊല്ലുന്നു
ഏതു പുരാണവും പാരായണം ചെയ്യുന്നു
ഏതു വേദവും വ്യാഖ്യാനിക്കുന്നു
എന്റെയത്ര ഉയരമുള്ളവരാരുമില്ല ചുറ്റിലും
എന്നുമാത്രമാണ് അവരുടെ പ്രശ്നം.

ഒന്നുകിൽ അവരെ എന്നോളം വലിച്ചു നീട്ടണം
അല്ലെങ്കിൽ എന്നെ അവരോളം ചുരുക്കണം
ഗുരുവിനെ ലഘുവാക്കുകയോ
ലഘുവിനെ ഗുരുവാക്കുകയോ ചെയ്യാതെ വയ്യ.

ഇത് വല്ലാത്തൊരു പുലിവാലായല്ലോ
ബന്ധുമിത്രാദി ശത്രുജനങ്ങളൊന്നും വെറുതെയിരുന്നില്ല
ഗവേഷണം, വാദം, എതിർവാദം, തർക്കം, വേദാന്തം,
സംവാദം, വെല്ലുവിളി ഇറങ്ങിപ്പോക്ക്
നാടാകെ ചർച്ചാ ചർച്ചിതമായി
എമ്പാടും വിവാദങ്ങൾ പൊട്ടിപ്പുറപ്പെട്ടു
ലോകമഹായുദ്ധം ഏതു നിമിഷവുമുണ്ടാവും എന്നുറപ്പായി

ഏറ്റവും വിലപ്പെട്ട ഒന്ന് ഉപേക്ഷിക്കുക
എന്നതായിരുന്നു പരിഹാര കല്പന
ലോകസമാധാനത്തിനുവേണ്ടി വിട്ടുവീഴ്ച ചെയ്യാൻ
ഞാൻതന്നെ തയ്യാറായി
എന്റെയീ മുടി ഞാൻ ലോകത്തിനു സമർപ്പിക്കുന്നു എന്ന്
കുടുമയിൽ തൊട്ട് ഞാൻ പ്രഖ്യാപിച്ചു
എട്ടു ദിക്കുകളും പ്രകമ്പനംകൊണ്ടു
അമ്പട ഞാനേ!

അതിഗംഭീരമായ ഒരു ചരിത്ര മുഹൂർത്തത്തിൽ
എന്റെ കുടുമ മുറിച്ചുമാറ്റി
അതുകൊണ്ടൊന്നും എന്റെ ഉയരം കുറഞ്ഞില്ല കേട്ടോ
പകരം മറ്റൊന്നുണ്ടായി
ഭൂമിയിലെ എല്ലാ മനുഷ്യരും എന്നോളം ഉയരക്കാരായി

ഞാനും ആനയും തമ്മിലൊരു അഭിമുഖസംഭാഷണം

അകമ്പാടത്ത് ആനയിറങ്ങീന്നു കേട്ട്
ഞാനും കാണാൻ ചെന്നു
എറവ്-കൈപ്പിള്ളി ബണ്ടിൽ
വലിയൊരു പുരുഷാരമുണ്ടായിരുന്നു.

ബണ്ടിനു താഴെയുള്ള തോട്ടിൽ
ആന അർമ്മാദിക്കുന്നു.
ചേറിലുരുളുന്നു
വെള്ളത്തിലാറാടുന്നു
തലകുത്തി മറിയുന്നു
തുമ്പിക്കൈയിൽ വെള്ളമെടുത്ത് ചീറ്റുന്നു
തോട്ടിൽ വാലിട്ടിളക്കുന്നു
പാപ്പാൻ വരുന്നുണ്ടോ എന്ന്
ഇടയ്ക്ക് കുഞ്ഞിക്കണ്ണാൽ ഒളിനോട്ടമയയ്ക്കുന്നു
ആന ചിരിക്കുന്നത് നിങ്ങളാരാനും കണ്ടിട്ടുണ്ടോ?
ഞാനിപ്പഴാണ് ആനച്ചിരി കാണുന്നത്
ആനച്ചുമ കേൾക്കുന്നത്
ആനത്തുമ്മൽ കാണുന്നത്
ഇത്ര അടുത്തുനിന്ന് ആനക്കൊമ്പ് കാണുന്നത്
ആനക്കളരിയഭ്യാസം കാണുന്നത്
ആനമറിച്ചിൽ കാണുന്നത്
ക്ഷ ബോധിച്ചൂട്ടോ

ബണ്ടിനരികിലെ നൂറ്റമ്പത്തെട്ടാം നമ്പർ കള്ളുഷാപ്പിൽ
പാപ്പാൻ കുടിച്ചു കൂത്താടിക്കിടപ്പാണ്

ആനയെ തൊട്ടടുത്തുനിന്ന് ഞാൻ നിരീക്ഷിച്ചു
എന്താ ഒരു തലപ്പൊക്കം
എന്താ ഒരു എടുപ്പ്
എന്താ ഒരു കിടപ്പ്
എന്താ ഒരു നടപ്പ്
എന്താ ഒരു മറിച്ചൽ
എന്താലേ!

നേരമിരുട്ടിയപ്പോൾ എനിക്കൊരു കാര്യം മനസ്സിലായി
ആനയെന്നാൽ അതൊരാന തന്നെയാകുന്നു
ആന നിനവിൽ നിറഞ്ഞു കവിഞ്ഞു
നിർത്താതെ കോളിങ് ബെല്ലടി കേട്ട്
ഞാൻ വാതിൽ തുറന്നുനോക്കി
ബെല്ലിൽ തുമ്പിക്കൈയമർത്തി
ദേ മുമ്പിലൊരാന!

സർക്കസ്സാനയെപ്പോലെ
പിൻകാലുകളിൽ നിന്ന്
മുൻകാലുകൾകൊണ്ട് അവനെന്നെ തൊഴുതു
"നമസ്കാരം മഹാത്മൻ!"
ഞാൻ പ്രതിനമസ്കാരം ചെയ്തു.
"വന്ദനം ധന്യാത്മൻ"
"ഇവിടെ ഒരു കവി താമസമുണ്ടെന്നു കേട്ട് ഒന്നു കാണാൻ വന്നതാണ്. ഇന്നലെ അകമ്പാടത്തുവെച്ച് ഒരു കവീടെ ചൂരടിച്ചു
അപ്പൊ തൊടങ്ങ്യ തരിപ്പാ?"
"ഓഹോ
ഇങ്ങനൊന്ന് എനിക്കുണ്ടായീലൊ
അകമ്പാടത്തെച്ച് ഒരാനേടെ ചൂരടിച്ചു
ഹൗവ്... യ് ആനച്ചൂര് ന്ന്ച്ചാ എന്തൊരു ചൂരാ."

ആനയോ ഞാനോ കേമൻ എന്നാലോചിച്ചു നോക്കി
രണ്ടും തുല്യം. അങ്ങനെയായാൽ പറ്റില്ല
"ഇതെന്താ ഈ കോവിഡുകാലത്ത് മുഖാവരണമില്ലാതെ?
ലോകത്ത് നടക്കുന്നതൊന്നും
ആനകൾ അറിയുന്നില്ലെന്നുണ്ടോ?"

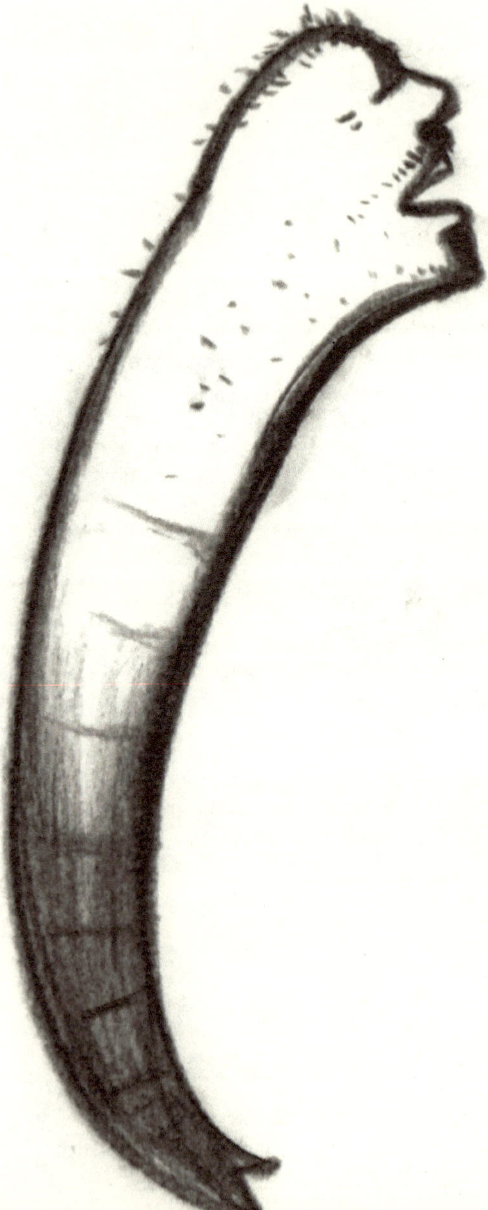

"ഉണ്ടല്ലോ മഹാത്മാവേ
ലോകത്തു നടക്കുന്നതൊക്കെ ഞങ്ങളും അറിയുന്നുണ്ട്
വിതയ്ക്കുന്നോരെന്നെ കൊയ്തോണ്ടിരിക്ക്യല്ലെ
ആനയോട്ടോം ശീവേലീം പൂരോം പൗരസ്വീകരണോം
തടിപിടുത്തോം കൊടമാറ്റോമില്ല്യാണ്ടായപ്പൊ
ഞങ്ങൾക്ക് സമാധാനായിട്ടാ
കൊറോണക്കാലം ഞങ്ങടെ പൊന്നോണക്കാലം.
പിന്നെയീ മൊകാവരണം-
പലതരം മൊകാവരണം
മാറി മാറി കെട്ടി നടക്ക്വല്ലെ നിങ്ങള്."

"ശാസ്ത്രീയായി നോക്ക്യാ പകർച്ചവ്യാധീടെ പകർച്ച..."
എനിക്ക് പൂർത്തിയാക്കേണ്ടി വന്നില്ല
ആനയൊരു ചിരി ചിരിച്ചു
ദെന്താദ്? ആന ഇങ്ങനേം ചിരിക്ക്വോ?
ഉമ്ന്ന്. ആനച്ചിരി കൊലച്ചിര്യന്ന്യാട്ടാ

ആന എന്നെ കേശാദിപാദമൊന്നു നോക്കി
"കവീന്നു പറഞ്ഞേട്ടപ്പൊ തോനേ വല്യ ഒരു സംഭവാന്നാ
ഞാൻ കരുതീത്
ഇദ്പ്പൊ... ത്രേള്ളൂല..."
പാതി ആത്മഗതമായും
പാതി ഗദായുധമായും ആന പറഞ്ഞു
വായിലൊരമ്പഴങ്ങാന്ന് കെഴങ്ങന്റെ ഭാവം
അഹംഭാവം

"ആനാന്നു പറഞ്ഞപ്പൊ ഞാന്നിരീച്ചു
ഹിമാലയത്തേക്കാട്ട്ളും വല്യേ എനാന്ന്
ഇതെന്ത്!"
എനിക്കും പുച്ഛം പുളിച്ചു തേട്ടി

"ഒരു കവിക്കു വേണെങ്കി
കാട്ടിലും നാട്ടിലും തോട്ടിലും ള്ള മുഴ്വൻ ആനോളേം
ഒറ്റവരികൊണ്ട് കൊന്നൊടുക്കാം.
യുദ്ധ വർണ്ണനേല് ലക്ഷം എണ്ണത്തിന്യല്ലെ
രണ്ട് വാക്കോണ്ട് പൂശീത്"
അമ്പമ്പട ഞാനേ

"വാസ്തവത്തിൽ യ്യ് മൻഷരൊക്കെ

തുമ്പിക്കയ്യോണ്ടൊന്ന് വെള്ളം ചീറ്റ്യാ
തെറിച്ചു പോകാള്ളതേ ള്ളൂ ലേ!'
അമ്പടമ്പമ്പടാനേ

"ചെ കാണാൻ വരുന്നത് ഒറ്റക്കാണോ?
ഒരു ആനപ്പുരുഷാരമൊക്കെ വേണ്ടേ?"

"ഞങ്ങൾ ഒറ്റയ്ക്കു നിന്നാൽത്തന്നെ ഒരു പുരുഷാരമാ."
ആന വിനയപൂർവ്വം തൊഴുതു
"ഒരു ചിന്നംവിളി കേക്കണോ?"
"ഓ ആയ്ക്കോട്ടെ."
അത്യുഗ്രനാമൊരു ചിന്നംവിളി ഉയിർന്നുയർന്ന്
എന്റെ തറവാടിനെ നടുക്കി.

ഞാനുണ്ടോ വിടുന്നു
ഉഗ്രാദിയുഗ്രനായ ഒരു കവിതകൊണ്ടതു മടക്കി
ഒന്നാന്തരം ഘടാഘടിയൻ ശാർദ്ദൂലവിക്രീഢിതം
പന്ത്രണ്ടാൽ മസജം
സതംത ഗുരുവും
ശാർദ്ദൂലവിക്രീഢിതം!

എന്റെ കവിതാഘാതത്തിൽ
അഷ്ടദിക്കുകളും കിടുകിടുത്തു

ഞാൻ കണ്ണുതുറന്നു നോക്കുമ്പോഴേയ്
ആനയില്ലാരുന്നു
പൂടയുമില്ലാരുന്നു.

രാഷ്ട്രഭാഷ

ഒരേയൊരു കാട്
ഒരൊറ്റ രാഷ്ട്രം
ഒരൊറ്റ രാജാവ്

എന്നിട്ടും
മൃഗരാജൻ അസ്വസ്ഥനായി
മൃഗങ്ങൾ പല ഭാഷയിൽ സംസാരിക്കുന്നുവല്ലോ
നാട്ടിൽ അനൈക്യം പടരുന്നു
ഒന്നായാൽ നന്നായി, നന്നായാലൊന്നായി

ഐകമത്യം മഹാബലം എന്ന് മനുഷ്യർപോലും പറയുന്നു.
മനുഷ്യൻ എന്നൊരിനം ഭൂമിയിലുണ്ട് എന്ന
ഒറ്റക്കാരണം
കൊണ്ടെങ്കിലും ഒന്നിച്ചുനില്ക്കേണ്ട മൃഗങ്ങൾ
ഇങ്ങനെ ഭിന്നിച്ചാലോ
ചിതറിയാലോ?
വനരാഷ്ട്രത്തിന്റെ സുരക്ഷ അപകടത്തിലാവാൻ
വേറെ വല്ലതും വേണോ
പല പല ഭാഷ പല പല വേഷം
പല പല തീറ്റ
പലതുകൾ അനുവദിക്കാൻ
രാജാവിന്റെ രാഷ്ട്രഭക്തി അനുവദിക്കുകയില്ല
ഒരൊറ്റ ഭാഷ ഒരൊറ്റ ശബ്ദം ഒരൊറ്റ മുദ്രാവാക്യം
അതേ വയ്ക്കൂ

36 കാവ്യക്കേച്ചർ

രാവുണ്ണി

ഘ ർ ർ ർ ർ...
തന്റെ ഭാഷ എത്ര ഗംഭീരം
ഉദാത്തം
ശ്രേഷ്ഠം
കുലീനം
സംശയമില്ല ഇനിമേൽ ഇതുതന്നെ രാഷ്ട്രഭാഷ
ഇതു താനല്ലയോ ദേവഭാഷ
ഘ ർ ർ ർ ർ...

ഈ നിമിഷം മുതൽ എല്ലാ മൃഗങ്ങളും
ഖ ർ ർ ർ ർ... ഖ ർ ർ ർ ർ....
എന്ന് താളത്തിൽ മേളത്തിൽ
സംസാരിക്കുന്നതായിരിക്കും
അതേ പാടുള്ളൂ.
ഒന്നിച്ചുനില്ക്കണം, ഒന്നായിരിക്കണം
ഒന്നായ നിന്നെയിഹ പലതെന്നു കണ്ടുള്ള ഇണ്ടലരുത്

ഘ ർ ർ ർ ഭാഷയ്ക്ക് പരമോന്നത ഭാഷാ പദവി.
പരത്താനും പെരുത്താനും സർവ്വകലാശാലകൾ
പത്മ പുരസ്കാരങ്ങൾ ഘ ർ ർ ർ ഭാഷക്കാർക്കു മാത്രം
ഉത്തരവുകൾ തുരുതുരാ ഇറങ്ങി
ഉത്തരവ്, ഉത്തരവ്, ഉത്തരവ് എന്നുമാത്രം കേട്ട്
രാജമനം തളിർത്തു കിളിർത്തു

തന്റെ ഭാഷ എല്ലാവരുടെയും ഭാഷ ആയതോർത്ത്
രാജഹിതം വനഹിതമായതോർത്ത്
തന്റെ ഭക്ഷണം ഏവരുടെയും ഭക്ഷണമാവുന്നതോർത്ത്
രാജാവ് പുളകിതഗാത്രനായി
ചരിത്രസ്രഷ്ടാവായതിന്റെ അഭിമാനാവേശത്തോടെ
ഗൃഹാന്തഃപുരത്തിൽ ശയിക്കുകയായി

പകലുറക്കത്തിൽ
അരുതാത്തതെന്തോ കേട്ടതുപോലെ...
എന്താണത്?
ഏതാണത്?

ബൗ... ബൗ... ബൗ...

രാഷ്ട്രഭാഷ സംസാരിക്കാൻ വിസമ്മതിക്കുന്ന
നായയുടെ ശബ്ദമല്ലേ അത്?
(ഇതാണ് പറഞ്ഞത്
നായയെയും നരനെയും വിശ്വസിക്കരുതെന്ന്.)

സിംഹരാജൻ ക്രുദ്ധനായി ചാടിയെണീറ്റു
അതാ മറ്റൊരു ശബ്ദം
മ്ബേ... മ്ബേ... മ്ബേ...
പിന്നെയും പല പല ശബ്ദങ്ങൾ
മ്യാം... മ്യാം... മ്യാം... മ്യാം...
ഗ്റൂ... ഗ്റൂ... ഗ്റൂ... ഗ്റൂ...
ക്റാ... ക്റാ... ക്റാ...
ഹീയൂ... ഹീയൂ...
നാനാമൃഗങ്ങളുടെ ശബ്ദങ്ങൾ ചേർന്ന്
പ്രകമ്പനം കൊള്ളിക്കുന്ന ആരവം
കൂ...................................
കൂ...................................
കൂ...................................
പതുക്കെ തുടങ്ങി ആരോഹണാവരോഹണങ്ങളിലൂടെയുള്ള
കുറുക്കന്റെ ഓരിയിടൽ കൂക്കുവിളിയാണോ?

പേയിളകിയ മൃഗരാജൻ
ഒരൊറ്റക്കുതിപ്പിന് മലമുകളിലെത്തി

അതാ അതാ
എല്ലാ നിറങ്ങളിലും പീലിവിരിച്ചാടി
മഴവില്ലു നിറഞ്ഞു തുളുമ്പുന്നു.

സംഹാരരുദ്രനായി
മൃഗരാജൻ ഒറ്റച്ചാട്ടം
കഥാന്ത്യം
രാഷ്ട്രഭാഷയിൽ പ്രവേശനമില്ലാതിരുന്ന ഒരാർത്തനാദം
അടിവാരത്തിലെവിടെയോ വീണുടഞ്ഞു.

നിഴൽക്കൂത്ത്

നിഴലിൽ കളിക്കുക എന്നതാണെന്റെ വിനോദം
പകൽ നാടിറങ്ങുമ്പോൾ
വലിപ്പമേറിയേറി വലിയോനാവുന്ന
എന്റെ നിഴലുകണ്ട് സന്തോഷിക്കും
ചുരുങ്ങിച്ചുരുങ്ങി ചെറുപ്പത്തിലെത്തുന്ന
എന്റെ നിഴലുകണ്ട് ആനന്ദിക്കും

ചിമ്മിനിപ്പുകയുടെ നിഴലാട്ടം കണ്ട്
അമ്പരന്നിട്ടുണ്ട് ചെറുപ്പത്തിൽ
രാത്രി വിളക്കത്താണ് എന്റെ നിഴൽ ലീലകൾ
കൈകളും ഉടലും പലതരത്തിൽ തിരിച്ചും വളച്ചും
ചുമരിൽ പല പല രൂപങ്ങൾ ഉണ്ടാക്കും
തീ, തെങ്ങ്, വാഴ
ആന, മാൻ, നായ, പാമ്പ്, തേൾ
കോഴി, കാക്ക, കൊക്ക്
ഇതൊക്കെ ഒരു നിമിഷംകൊണ്ട് മനുഷ്യനാവുന്നതും
മറു നിമിഷത്തിൽ മനുഷ്യൻ ഇവയൊക്കെയായി മാറുന്നതും
അതിശയമൊന്നുമല്ല കേട്ടോ
ഇവ മനുഷ്യനിലാണോ
മനുഷ്യർ ഇവയിലാണോ അന്തർഭവിച്ചിരിക്കുന്നത്
എന്നതാണ് ഇനിയും തെളിഞ്ഞു കിട്ടാത്തത്

പട്ടാപ്പകൽ ഉണ്ടായ ഈ സംഭവം നോക്കൂ

40 കാവ്യക്കേച്ചർ

രാവുണ്ണി

രാവിലത്തെ മൃഗയാവിനോദത്തിനിടെ
ചുമരിൽ നിഴൽനായയെ ഉണ്ടാക്കുകയായിരുന്നു ഞാൻ
ഉടൽ-നിഴൽ-നായ, നായ-നിഴൽ-ഉടൽ
ഞാൻ-നിഴൽ-നായ, നായ-നിഴൽ-ഞാൻ
ചുമരിലെ നായയെ കളിപ്പിച്ചുകൊണ്ടിരിക്കെ, കാണാം.
വെളിച്ചത്തുനിന്നിതാ ഉടലാട്ടിക്കളിക്കുന്നതാ നായാണ്
ചുമരിൽനിന്നിതാ നൃത്തം ചെയ്യുന്നതീ ഞാനാണ്!

ബൗ ബൗ ബൗ എന്ന് ശാസ്ത്രീയ സംഗീതമാലപിച്ച്
വാലാട്ടി ഞാൻ തെരുവിലേക്കോടി

ലോക്ഡൗൺ വകവെക്കാതെ
നിഴലുകൾ അഹമഹമികയാ
വാലാട്ടി ഓടിക്കളിക്കുന്നു.

കൂറും കുരയും

അറിയില്ലേ
ഞങ്ങളുടെ തറവാട്ടു വകയായുള്ള
കൃഷിനിലങ്ങളും ഭൂസ്വത്തും പീടികമുറികളുമൊക്കെ
നോക്കിനടത്തുന്ന വല്യമ്മാമയെ?
അറ്റകൈയ്ക്ക് ഉപ്പു തേക്കാത്തവൻ
കണ്ണിൽ ചോരയില്ലാത്തവൻ
അറുപിശുക്കൻ.

അരിയോ നാളികേരമോ ചോദിച്ചു ചെന്നാൽ
ആട്ടും തുപ്പും ഓടിക്കും
വിശന്നു പൊരിഞ്ഞ് വയ്യാണ്ടായപ്പോഴാണ്
ഒരു പഴച്ചക്കയെങ്കിലും തരൂ എന്ന് ചെന്നു കെഞ്ചിയത്
ഒരു ചക്കത്തുണ്ടൻ വെച്ചുനീട്ടിയിട്ട് ദുഷ്ടൻ പറഞ്ഞു:
"മതിയായില്ലെന്നു വേണ്ടാ ഇതൂടി കൊണ്ടയ്ക്കോ."
കൂടെ തന്നത് ഒരു പട്ടിക്കുട്ടിയെ ആയിരുന്നു.

പട്ടിയെ പോറ്റണോ തിന്നണോ എന്നറിയാതെ
ഞങ്ങൾ നിരുദ്ധകണ്ഠരായി

പിന്നെ,
ഞങ്ങൾ വളർത്തിയിട്ടല്ലാട്ടോ
പട്ടിയങ്ങു വളർന്നു
പനയോളം വളർന്നു

ഇപ്ളെന്താ സ്ഥിതീന്നു വെച്ചാൽ
ഞങ്ങളെക്കണ്ടാൽ പട്ടിയേമാൻ കുരയോടു കുര
തരം കിട്ട്യാ കടിക്കും
അമ്മാമനേമാനെ കണ്ടാൽ വാലാട്ടൽ, കുറാട്ടൽ
തരംകിട്ട്യാ കാൽ നക്കും

ഇതെന്താപ്പദിങ്ങനെ
എങ്ങടെ വീട്ടിലൊരു ഗവർണ്ണരെ കിട്ടിയപോലെ!
ന്ന് ച്ചാ, കോഴിക്കുഞ്ഞിന്റെ ഗവർണ്ണറായി കാക്കയെ വെച്ചപോലെ

പൊല്ലാപ്പായൊരു പട്ടി
ഇങ്ങോട്ടോക്കി കുരച്ചും
അങ്ങോട്ടോക്കി വാലാട്ടിയും

ഇവ്ടെ വേണ്ടാത്തതൊക്കെ ഇട്ക്കാൻ വരണോരെ,
ഇത്രടമൊന്ന് വന്നിട്ടുപോ.

കൂക്കുവിളിയുടെ രാഷ്ട്രീയമാനങ്ങൾ

സമയം പാതിരാ
കൂരാക്കൂരിരുട്ട്
ഘോരനിശ്ശബ്ദത
ഇലയനക്കങ്ങൾ പോലുമില്ല

(ഡിറ്റക്ടീവ് നോവലിന്റെ തുടക്കമെന്നു കരുതിയോ?
ഛായ്
ഇതു വെറും കുറുക്കൻ കളിയുടെ പുറപ്പാടു മാത്രമെന്നേ.
കുറുക്കൻ കളീന്നൊരു കളീണ്ടോ, ണ്ടോന്നാണെങ്കി
കണ്ടോളാ, കേട്ടോളാ ട്ടോ.)

വാചകമേളകൊണ്ട് കാലയാപനം നടത്തിപ്പോരുന്ന മനുഷ്യർപോലും
നിശ്ശബ്ദത പാലിച്ച ആ സുന്ദര മുഹൂർത്തത്തിൽ
അഷ്ടദിക്കുകളും നടുങ്ങുമാറുച്ചത്തിൽ
ഒരു കുറുക്കൻ ഓരിയിടാൻ തുടങ്ങി
അടക്കിയൊരുക്കി നിർത്തിയ തീമല
പൊടുന്നനെ പൊട്ടിത്തെറിച്ചതുപോലെ
അതോടൊപ്പം വേറൊന്ന്, പിന്നെ വേറൊന്നുകൂടി
കൂട്ട ഓരിയിടൽ

കേട്ടവർ കേട്ടവർ ഉറക്കത്തിൽനിന്ന് തട്ടിപ്പിടഞ്ഞെഴുന്നേറ്റ്
ഉടുവസ്ത്രങ്ങൾ തപ്പി
വസ്ത്രങ്ങൾ കിട്ടാത്തവർ പുതപ്പിനുള്ളിൽ മറഞ്ഞു

46 കാവ്യക്കേച്ചർ

രാവുണ്ണി

കൂവൽ ഉയർന്നുയർന്നു വന്നു

വിഗ്ഗുകൾ ധൃതിയിലെടുത്ത് ധരിച്ച ദമ്പതികൾക്ക്
അബദ്ധം പറ്റി
ഭാര്യയുടെയും ഭർത്താവിന്റെയും വിഗ്ഗുകൾ മാറിപ്പോയി
തലയിലേക്ക് മാത്രം നോക്കിക്കൊണ്ടവർ
പതിവുപോലെ പരസ്പരം സംശയിച്ചു

കുറുക്കന്മാരോട് ഐക്യദാർഢ്യം പ്രഖ്യാപിച്ചുകൊണ്ട്
നായ്ക്കളും കൂക്കുവിളിയിൽ പങ്കുചേർന്നു

ഏതു വകയിലാണ് കൂക്കുവിളി വരുന്നതെന്ന് മനുഷ്യർ
പരിഭ്രമിച്ചു
ആർത്തിയും ആസക്തിയും പകയും ദുരയും വെറുപ്പുംകൊണ്ട്
നിർമ്മിച്ചെടുത്തതാണ് തങ്ങളെന്ന്
അവർക്കും അറിയാതെയല്ല
പണം മതി, പദവി മതി, ചായം മതി, വാസനതൈലം മതി
തങ്ങളെ മറച്ചുവെക്കാനെന്ന് കരുതി കഴിയുമ്പോഴാണ്
കൂക്കുവിളി!
ആരും പരിഭ്രമിച്ചുപോകും
മറച്ചുവെച്ചതൊക്കെ
പുറത്താവുന്നു എന്നുവന്നാൽ ആർക്കും അടിതെറ്റും
അടിതെറ്റിയാൽ വീഴും

ഇപ്പോൾ നായ്ക്കളുടെ കൂക്കല്ലേ
ഉറക്കെ കേൾക്കുന്നത്?
'ഉണ്ട ചോറിന് നന്ദി കാട്ടാത്തവ' ഗൃഹനാഥകൾ ശപിച്ചു

കളവുമുതൽ കെട്ടിപ്പിടിച്ച് കള്ളൻ തട്ടിൻമുകളിൽ
ഇരിക്കുക തന്നെയാണ്
ഈ നാല്ക്കാലികൾ എങ്ങനെയറിഞ്ഞു താൻ തുരന്നു കേറീയെന്ന്!
വാതിലൊന്ന് തുറന്നുകിട്ടിയിട്ടു വേണ്ടേ
പുറത്തോട്ടിറങ്ങാനെന്ന് സദാചാരികൾ തലയ്ക്കു കൈവെച്ചു

ഇപ്പോൾ പൂച്ചകളും കൂട്ടക്കൂവലിൽ പങ്കാളികളായി
'എത്ര ഓമനിച്ചതാ' കൊച്ചമ്മമാർക്ക് കലിയിളകി

അപ്പോൾ നായ്ക്കൾ പറഞ്ഞുപോയി:
പകലായ പകലൊക്കെ

ഈ മൻഷൻമാരെ കണ്ടോണ്ടിരുന്ന്
കേട്ടോണ്ടിരുന്ന്
അറിഞ്ഞോണ്ടിര്ന്ന്
ഓക്കാനം വന്നോ,ക്കാനം വന്നോ,ക്കാനം വന്ന്
ഛർദ്ദിക്കാനുംകൂടി പറ്റാണ്ട്
കൊരയ്ക്കണ കൊരയാ
കൊരക്കാണ്ടിരിക്കാൻ എങ്ങളുക്ക് വയ്യ കൂട്ടരേ

കുറുക്കന്മാർമൂപ്പർ ഇതി ഉവാച:
ഗുരുവാണ് കുരു
ഗുരുക്കനാണ് കുറുക്കൻ
എന്നുപോലുമോർക്കാതെ
കുറുക്കൻ രാജാവായെന്ന കള്ളക്കഥ ആവർത്തിച്ചു പറഞ്ഞ്
പരിഹസിച്ചു ചിരിക്കയാണ് മൻഷേർ
കഥയുണ്ടാക്കി നിന്ദിക്കയാണ് ഞങ്ങളെ
നാടിനും കാടിനും ഭൂമിക്കും ലോകത്തിനും സർവ്വനാശകാരിയായ
ഈ മനുഷ്യബോംബ്
ഇല്ലാതാവുന്ന കാലത്തേ ഭൂമിയിൽ സമാധാനമുണ്ടാവൂ
ആ സുദിനം വരുംവരെ ഞാനവരെ
കൂവി കൂവി കൂവി കൂവി തോല്പിക്കും
കൂ... കൂ... കൂ...
അതു കേട്ട കോഴിത്തമ്പുരാക്കൾ സംഘം ചേർന്നു പറഞ്ഞു.
മൻഷര്ടെ രാക്കാഴ്ച കണ്ടു കണ്ട് പൊറുതി കെട്ടിട്ടാ
എങ്ങളെന്നും കൂവിയൊണർത്തണെ
നേരം വെളുത്തൂന്നറിയിക്കാനൊന്നുമല്ലേയല്ലേ

അതു കേട്ടപാടെ കാക്കയും കൂട്ടത്തിൽക്കൂടി
പരേതാത്മാക്കളായി വന്നാലേ
മൻഷർ അന്നം തരൂ
ജീവൻള്ളോർക്ക് കല്ലേറും തെറിവിളീം
ജീവന്റെ കരച്ചിലാണ് എങ്ങടെ കരച്ചിൽ
കാ... കാ.... കാ...

നാനാമൃഗങ്ങളും പക്ഷികളും ആ കൂട്ടത്തിൽ വന്നുചേർന്നു.
ഭൂമിയിലെ ഏറ്റവും വലിയ സംഘാരവമായിരുന്നു അവിടെ ഉയർന്നത്
തരുലതാദികൾ പച്ചക്കൊടി വീശി ഐക്യദാർഢ്യം പ്രഖ്യാപിച്ചു.

പ്രിയ വായനക്കാരേ,
ഘോരനിശ്ശബ്ദതയിൽ നിന്ന്

ഘോരശബ്ദതയിലേക്ക് വളർന്നുകഴിഞ്ഞ ഈ കവിത
അവസാനമില്ലാതെ തുടരുകയാണ്
വാസ്തവത്തിൽ ആദികവി രചിച്ചു തുടങ്ങിയ കവിത
കോടാനുകോടി കവികളിലൂടെ കടന്നുവന്ന്
എന്നിലെത്തി നില്ക്കുകയാണ്.
വാസ്തവത്തിൽ എന്നെക്കൊണ്ടും ഇത് അവസാനിപ്പിക്കാനാവില്ല
അടുത്ത കവിയിലേക്ക് കൈമാറുകയാണ് എന്റെ ചുമതല.

അങ്ങേയറ്റത്തെ ആത്മനിന്ദയോടും കുറ്റബോധത്തോടുംകൂടി
പരമദയനീയമായ ഒരു മാപ്പപേക്ഷ
നിരക്ഷരലോകത്തിനു മുന്നിൽ സാദരം സമർപ്പിച്ച്
മുട്ടിന്മേൽനിന്നു കൈകൂപ്പിക്കൊണ്ട്
ഇതാ ഞാൻ പിന്മാറുന്നു.

ശാന്തിയും അശാന്തിയും

പൂച്ചസന്ന്യാസിയെ കാണ്മാനില്ല എന്ന ഞെട്ടിക്കുന്ന വാർത്ത
കാട്ടിലും നാട്ടിലും പരന്നു
സർവ്വചരാചരങ്ങളുടെയും രക്ഷകൻ
മഹാപ്രപഞ്ചത്തിന്റെ നിയന്ത്രകൻ
ത്രികാലജ്ഞാനി
അഖില പ്രശ്ന പരിഹാരകൻ
ഉലകുട പെരുമാൾ
ഓഖിയിൽ കുലുങ്ങാത്തവൻ
നിപ്പയിൽ കൂസാത്തവൻ
മഹാപ്രളയത്തിൽ കുടുങ്ങാത്തവൻ
എല്ലാ പ്രളയങ്ങളിൽനിന്നും ആലിലയായ് വന്ന് വിശ്വത്തെ കാത്തവൻ
പ്രകൃതിദുരന്തങ്ങളിൽ നിന്നൊക്കെ
പ്രജകളെ രക്ഷിച്ചവൻ....

കാണ്മാനില്ല കാണ്മാനില്ല എന്നൊരു
കാട്ടുതീ ആളിപ്പടർന്നു
കൊറോണയുടെ മഹാമാരിയിൽ നിന്ന്
എങ്ങളെയിനി ആരു കാക്കും ദൈവമേയെന്ന്
കാട്ടുമൃഗങ്ങളുടെ കൂട്ട നിലവിളി
വിങ്ങിപ്പൊട്ടൽ, എരിപൊരിസഞ്ചാരം
ആശ്രമം അനാഥമായി, അരക്ഷിതമായി
കോവിഡ് മഹാമാരിയിൽനിന്ന്
എങ്ങളെ ഇനിയാര് കാപ്പാത്തും?

52 കാവ്യക്കേച്ചർ

രാവുണ്ണി

ആശ്രമത്തിൽ
ഇതാ ഒരശരീരി മുഴങ്ങുന്നു:

ഭക്തജനങ്ങളുടെ ശ്രദ്ധയ്ക്ക്
ഇനി ഒരറിയിപ്പ് ഉണ്ടാവുന്നതുവരെ
രോഗശാന്തി ശുശ്രൂഷ ഉണ്ടായിരിക്കുന്നതല്ല.
(അടുത്ത ഒരറിയിപ്പുതരാൻ
ഞാൻതിരുമേനി ജീവിച്ചിരിപ്പുണ്ടാവുമോ ആവോ)
ഭസ്മ ഗോമൂത്ര ചാണകാദി അമൃത വിതരണവും
നിർത്തിവെച്ചിരിക്കുന്നു
ഇപ്പോഴത്തെ അടിയന്തര സാഹചര്യത്തിൽ
ആർക്കെങ്കിലും രോഗശാന്തി വേണമെന്നാണെങ്കിൽ
ആശുപത്രീൽ പോ
പോ പോ പോ പോ പോ
ഇങ്ങട്ട് വരല്ലേ

കേട്ടവർ കേട്ടവർ
മോഹാലസ്യപ്പെട്ടു വീണു
ഭക്തി ഇറങ്ങിയപ്പോൾ
ബോധം തിരിച്ചുകിട്ടി.

ചേനക്കാര്യത്തിനിടയ്ക്ക് ഒരാനക്കാര്യം

പുഴയിലേക്ക് വെള്ളം കുടിക്കാൻ
കാട്ടിൽനിന്നു വന്നതാണ് കാട്ടാന
ഉത്സവത്തിനിടെ ആറാട്ടിനായി
എത്തിയതാണ് നാട്ടാന
പുഴയ്ക്കക്കരെയും ഇക്കരെയും നിന്ന്
അവർ മുഖാമുഖം നോക്കി

നാഗരികർ അപരിഷ്കൃതരെ നോക്കുന്നതുപോലെ
കാട്ടാന നാട്ടാനയെയും
നാട്ടാന കാട്ടാനയെയും
അറപ്പോടെയും വെറുപ്പോടെയും നോക്കിനിന്നു

നാട്ടാന കാട്ടാനയെ നോക്കി
നെഗളിക്കേണ്ട വല്ല കാര്യവുമുണ്ടോ?
ഉണ്ടത്രേ
കേൾക്കുന്നില്ലേ, നാട്ടിൽ നിന്നൊരു നെഗളിപ്പ്?
'ഞാൻ രാജാവ്
നെറ്റിപ്പട്ടം, വെഞ്ചാമരം, ആലവട്ടം,
ഔദ്യോഗിക ബഹുമതി, പത്മശ്രീ, ആചാരവെടി
ആകയാൽ ഞാൻതന്നെ
ഗജരാജൻ, മൃഗരാജൻ, രാജരാജൻ!
പത്മശ്രീയാന വനശ്രീയാനയെ നോക്കി നിഷ്കരുണം ചിരിച്ചു

കാട്ടാന നാട്ടാനയെ നോക്കിക്കൊണ്ട്
ചിരിക്കേണ്ട വല്ല കാര്യവുമുണ്ടോ?
ഉണ്ടത്രെ
സത്യത്തിൽ
ആനാകാരമാണ് ആനയുടെ അലങ്കാരം,
അഹങ്കാരം
കോലം കെട്ടി നടക്കണ മന്ഷേര്
ആനേം കോലം കെട്ടിക്കും

ഉൾക്കാമ്പ് ഇല്ലാത്തോര് പുറമോടി കൂട്ടും
യീ നെറ്റിപ്പട്ടോം വെഞ്ചാമരോം ആലവട്ടോം ണ്ടല്ലോ
കാലിലെ ചങ്ങല, കൈയിലെ ചങ്ങല, കഴുത്തിലെ ചങ്ങലപോലെ
പല പല കെട്ടുപാട്കളാ
അത്രേള്ളൂ
പിന്നെയീ പത്മശ്രീ-
വേടിക്കണോനും കൊടുക്കണോനും അറ്യാം
കാലുപിടുത്തോം കാക്ക പിടുത്തോം
സേവ പിടുത്തോം ചേർന്നാ ശ്രീയാവുന്ന്
അഃ ശ്രീ ശ്രീകരംന്ന്
പട്ടം കെട്ടി നടക്ക്വാ, കോമാളി!

അലങ്കാരങ്ങളിൽ തല ഉയർത്തിപ്പിടിച്ച് നാട്ടാന
അഭിമാനത്തോടെ പറഞ്ഞു:
നാട്ടാനാന്നാണ് പേര്ച്ചാലും
നോം ക്ഷേത്രാനന്ന്യാ
തേവരുടെ സൊന്തമാള്
അയിത്തക്കാര്ക്കും തീണ്ടക്കാര്ക്കും കേറാമ്പറ്റാത്തോട്ത്തും
നോം കേറി വെലസും
തേവര്ടെ പേരാ
തേവര്ടെ ഊരാ
തേവര്ടെ ഊട്ടാ
നോമിനും.

കാട്ടാന നന്നായൊന്നു ചിരിച്ചു
മണ്ണേരക്ക് പുഷ്പകവിമാനം ന്ന് പേരിട്ടാ
ന്താ കാര്യം? പറക്ക്വോ?

നാട്ടാന ഈർഷ്യയോടെ പറഞ്ഞു:
സംസ്കാരം വേണടോ, സംസ്കാരം!

വിദ്യാഭ്യാസോം വിവരോമില്ലാത്തോരോട്
തർക്കിക്കാമ്പറ്റ്വോ?
നൂറ്റാണ്ടു നൂറ്റാണ്ടായിട്ട് ള്ളതാ ആചാരങ്ങള്
ആയിരത്താണ്ടപ്രത്ത്ള്ളതാ അന്ഷ്ഠാനങ്ങള്
പുരാതനകാലം തൊട്ട് ള്ളതാ പുരാണങ്ങള്
അത് കാക്കണ പുണ്യ പ്രവർത്ത്യാ ഞാള് ചിയ്യണേ”

കാട്ടാന സംശയമേതുമില്ലാതെ പറഞ്ഞു:
ആചാരം വെറും വെടി
ആചാരവെടി, വെറും അനാചാരവെടി
ദുരാചാരവെടി!
ഉള്ളിലര്ത്ള്ളോരാണ്
പൊറത്ത് അയ്ത്തം കാട്ട്വാ
മ്മ്ടെ കാട്ടിലെന്താ ആചാരം
അങ്ങ്ട് ജീവിക്ക്യാ, അദന്നെ
അതിന്റപ്രത്ത്ള്ള ആചാരൊക്കെ
വെലക്കാണ്, വെലങ്ങാണ്
ദേ കണ്ടില്ലേ
ദേഹാസകലം വെലങ്ങ്ട്ട് പൂട്ടീട്ട്
നാണോം മാനോം ല്ല്യാണ്ട്
അഹങ്കാരത്തോടെ നടക്കണത്.

നാട്ടാന ഞായം പറഞ്ഞു:
മൻഷ്യർക്കും തേവർക്കും
സ്വർണ്ണാഭരണം പോലാണ് എനിക്കീ ചങ്ങല
ആ ചങ്ങലക്കിലുക്കാണ് നാട്ടാനോൾടെ കാഹളം
മനുഷ്യര്ടെ ബുദ്ധീം തേവര്ടെ ശക്തീണ്ട് എനിക്ക്
ണ്ടാ!
കാട്ടാന ചിരിച്ചു മറിഞ്ഞു
അതേയതെയതേന്ന്.
മൻഷൻ നടക്കാൻ പറഞ്ഞാ നടക്ക്വാ
ഓടാമ്പറഞ്ഞാ ഓട്വാ
എടത്താനേന്ന് പറഞ്ഞാ എടത്തോട്ട്
വലത്താനേന്ന് പറഞ്ഞാ വലത്തോട്ട്
യെന്താശക്തി! യെന്താ ബുദ്ധി!

നാട്ടാന തിളച്ചു തൂവി
ന്താ സംശം?
മൻഷന്റെ കൂടെക്കൂടി ഞങ്ങൾ മൻഷനോളം വളർന്നു

എത്ര ഭാഷ പടിച്ചുന്നോ
ഹിന്ദി, ബിഹാറി, മലയാളം, തമിഴ്
എന്തിന് ദേവഭാഷയായ സംസ്കൃതം വരെ
മൻഷര് പറേണ എല്ലാ ഭാഷേം തിരീം
സോപാനോം പഞ്ചവാദ്യോം തായമ്പകേം അറീം

കാട്ടാന വിനയം ഭാവിച്ചു:
നമ്ക്കീ കാട്ടുഭാഷ മാത്രേ അറ്യോ ട്ടാ
എല്ലാ ഭാഷേക്കൂടീം മൻഷര് പറഞ്ഞോണ്ടിരിക്കണെത്
താ... താ... താ... താ... ന്നാണെന്നറിയാൻ
എങ്ങക്കൊര് ഭാഷ്യന്നെ പോരേ!
മൻഷര് പറേണോന് റാൻ... റാൻ... ന്നു പറയാൻ
നൂറു ഭാഷേണ്ടായിട്ടെന്ത്നാ?

അവനോനെ അറ്യാത്തോര്
ആന്യായിട്ട് ന്താ കാര്യംന്ന് പിറുപിറുത്ത്
കൊമ്പുകുലുക്കി ഒരാൾ കാട്ടിലേക്കും
വാലാട്ടി ഒരാൾ നാട്ടിലേക്കും
തിരികെപ്പോയി.

ഗൗളിശാസ്ത്രം

"**കി**ക്കിലുക്കം ചിൽചിലക്കും
ഉത്തരത്തിൽ ചത്തിരിക്കും
പേടിത്തൊണ്ടാ മുറിവാലാ
വാലുമുറിച്ചിട്ടെങ്ങോട്ടാ?"

വാലെൻ നോവാ,ണെൻ കനവും
വാലെൻ ജീവിത സ്വപ്നങ്ങൾ
എന്നെ മുറിച്ചാണെറിയുന്നു
എന്നെ പകുത്താണേകുന്നു

ഇതെന്റെ മാംസം തിന്നേക്കു
ഇതെന്റെ രക്തമകത്താക്കു
വാലാട്ടുന്നോർ ആർത്തിക്കാർ
ആർത്തി പെരുത്തോർ മർത്ത്യന്മാർ

മറിമായക്കാർ കൂടുമ്പോൾ
മുറിവാലല്ലോ ശേഷിക്കു
ചേരേത്തിന്നും നാടുകളിൽ
ഒത്തൊരു കഷ്ണം തേടാത്തോൻ

സത്യം കേട്ടാലാർക്കും ഞാൻ
നേരിൽക്കാണാൻ പായുന്നോൻ
സത്യം കാണാൻ ഞാനുണരും
സത്യം കേട്ടാലതുപറയും

അതുനേരിതു നേരെന്നാണേ
താനേ പൊങ്ങിടുമെന്നൊച്ച
ഞാനുണ്ടാക്കുവതല്ലല്ലോ
താനേ തള്ളി വരുന്നല്ലോ

എന്റെ വെളിച്ചം സത്യം താൻ
എനിക്കു സൂര്യൻ നേരല്ലോ
സത്യം പുലരും മാലോകം
എന്നുടെ സ്വപ്നമതാണല്ലോ”

“എന്തേ പല്ലി ചിലയ്ക്കാത്തു?
വായിൽ നാവില്ലാഞ്ഞാണോ?
പാടാൻ, മിണ്ടാനു, ള്ള സ്വരം
നന്നായപ്പോൾ നിർത്തിയതോ
താങ്ങുവതുത്തരമാണെന്നോ?
നാട്യം കൈവിട്ടില്ലെന്നോ?
അഖിലജ്ഞാനി നീയെന്നോ?
വേഷംകെട്ടു കളഞ്ഞില്ലേ?”

“പുത്തൻ നാളുകൾ വന്നല്ലോ
ഗോളാന്തര യുഗമായല്ലോ
വർണ്ണത്തോലിട്ടെത്തുന്നു
പെരുനുണയന്മാരെമ്പാടും

നേരെവിടേലും കാണണ്ടേ
നേരിൻ വെട്ടം വീഴണ്ടേ
കള്ളപ്പെയ്ത്തെല്ലാടത്തും
കള്ളക്കളിയാണെമ്പാടും

കള്ളസ്സൂര്യനുദിക്കുന്നു
കള്ളക്കാർമുകിൽ പെയ്യുന്നു
കള്ള വെളിച്ചം തൂവുന്നു
കള്ളം വിതച്ചു കൊയ്യുന്നു

സത്യം കേൾക്കാനാവാതെ
ശബ്ദമുയർത്താൻ പറ്റാതെ
നാവു ചുരുണ്ടേ പോയല്ലോ
വാമൊഴിയില്ലാതായല്ലോ

60 കാവ്യക്കേച്ചർ

രാവുണ്ണി

ചാവും മുന്നൊരു പൂതീണ്ട്
സത്യത്തിൻ തരി കാണേണം
ഒന്നു ചിലച്ചേ ചാകേണം
ഞാനുണ്ടെന്നറിയിക്കേണം

സത്യം കേൾക്കണമെന്നുണ്ട്
ആർത്തു ചിലയ്ക്കണമെന്നുണ്ട്
ഇല്ലാ സാദ്ധ്യതയെന്നാലും
നില്പാണതു കാത്തിപ്പോഴും."

നല്ല പാതി ഓൺ ലൈൻ

തേഞ്ഞും വാറുപൊട്ടിയും
വാർദ്ധക്യസഹജമായ അവശതകളാൽ
ചെരിപ്പ് എന്നെ ഉപേക്ഷിക്കും എന്ന നില ആയപ്പോഴാണ്
ഓൺലൈനിൽ
മുന്തിയയിനം ചെരിപ്പ് ഓർഡർ ചെയ്തത്

കൃത്യം എട്ടാം ദിവസം
പെട്ടി വീട്ടിലെത്തി
തുറന്നു നോക്കിയ ഞാൻ
ആഹ്ലാദഭരിതനായി
സുന്ദരം, നൂതനം, രാജകീയം
എന്തൊരെടുപ്പ്
വാസ്തവത്തിൽ തലയിൽ ചൂടേണ്ടതാണ്
അത്ര കമനീയം
ശരിക്കും ചൂഡാമണി തന്നെ!
എന്തു ചെയ്യാൻ
ചെരിപ്പായിപ്പോയില്ലേ
കാലിൽ ധരിക്കുക തന്നെ

ആദ്യം ഇടത്തേ കാലിലാണ് ഇട്ടത്
കമനീയം, കെങ്കേമം
പിന്നെ, വലത്തേ കാലിൽ ഇടാൻ നോക്കി
കേറുന്നില്ല
കോണിച്ച് ഇടങ്ങേറായി നില്ക്കുന്നു

കാലു തെറ്റിയതാണോ
ചെരിപ്പു തെറ്റിയതാണോ
ഇദെന്താ കഥ?
ചെരിപ്പു രണ്ടുമൊരുപോലെ
രണ്ടും ഇടങ്കാലിന്റേത്
ഇടങ്കേറായല്ലൊ
ഞാൻ ഇടതനാണെന്ന് കമ്പനി അറിഞ്ഞു കാണുമോ?

കമ്പനിക്കു പിഴയ്ക്കില്ലെന്ന് ഭാര്യ കട്ടായം പറഞ്ഞു.
(എനിക്കേ പിഴയ്ക്കൂ എന്നവൾക്കു സംശയമേയില്ല)
ഞാൻ പലവട്ടം ശ്രമിച്ചു
എപ്പോഴുമെന്നപോലെ ഇപ്പോഴും തോറ്റു
ഇരുചെരിപ്പും ഇടങ്കാലി
നിങ്ങടെ വലത്തേ കാല് ശരിയാക്ക് മനുഷ്യാ എന്ന്
ഭാര്യ ആജ്ഞാപിച്ചു
എന്റെ വലങ്കാല് ഇടങ്കാലായി അഭിനയിക്കാൻ ശ്രമിച്ച്
പരാജയപ്പെട്ടു.

ഒടുവിൽ ഭാര്യ അറിയാതെ
ചെരിപ്പ് കമ്പനിക്ക് തിരിച്ചയച്ചു
കണ്ണീർ തുളുമ്പുന്ന സങ്കടഹർജിസഹിതം

എട്ടാംനാൾ പാർസൽ വന്നു
ചെരിപ്പും ക്ഷമാപണവും ഒപ്പം

പെട്ടി തുറന്നു
ചെരിപ്പ് രാജകീയം, പ്രൗഢം
എന്റെ ബുദ്ധിയെ സ്വയം അഭിനന്ദിച്ച്
ആദ്യം വലത്തേ ചെരിപ്പ് ഇട്ടു
പാകം, സുന്ദരം, രാജകീയം!
രാജപാദൻ എന്നു ഞാൻ എനിക്ക് പേരിട്ടു
തുള്ളിച്ചാടി

അധികം തുള്ളണ്ട എന്ന് നല്ല പാതി
നീയെന്തറിഞ്ഞു എന്ന മട്ടിൽ
ഞാൻ പുഞ്ചിരിയോടെ
ഇടതുകാലിൽ ചെരിപ്പു കേറ്റി
കേറുന്നില്ലാ...

ചെരിപ്പ് ഇടങ്ങോ

കാൽ വലഞ്ഞോ?
രണ്ടു ചെരിപ്പും വലങ്കാലി
എന്നെ വലതനാക്കാനുള്ള ഗൂഢശ്രമമാണോ ഇത്?
പന്തീരാണ്ടു കൊല്ലം കൊഴലിലിട്ടാലുമെന്ന്
ഭാര്യയുടെ പതിവു പ്രശംസ

കണ്ണീരും കോപവും സമാസമം ചേർന്ന്
ഹർജിയും ചെരിപ്പും കമ്പനിക്കയച്ചു

എട്ടാംനാൾ പെട്ടി വന്നു
മീതെ ക്ഷമാപണം
താഴെ ചെരിപ്പ്
ഭയത്തോടെ, പാമ്പിനെ എന്നപോലെ,
ഞാൻ കൈയിലെടുത്തു
രണ്ടും നിരത്തിവെച്ചു
ഒരു ചാട്ടം ചാടി
ഇടങ്കാലും വലങ്കാലും ഒന്നിച്ചു കേറ്റി.
എന്തദ്ഭുതം
രണ്ടും ശരി
ഇടഞ്ചെരിപ്പും വലഞ്ചെരിപ്പും
ഭാര്യാഭർത്താക്കളായി ചേർന്നുനിന്നു

ഒരു തെറ്റേ പറ്റിയുള്ളൂ
എന്റെ ഭാര്യയുടെ കാലിന്റെ അളവിലായിരുന്നു
ചെരിപ്പുകൾ

എന്റെ ചെരിപ്പിന്റെ നല്ല പാതി!

കുറുക്കന്റെ കോടതി

കുറുക്കനെതിരെ തള്ളക്കോഴി കൊടുത്ത കേസാണത്
“പാതിരായ്ക്ക് പാത്തും പതുങ്ങിയും വന്ന കുറുക്കൻ
കോഴിക്കുഞ്ഞുങ്ങളെ ഒന്നാകെ പിടിച്ചുതിന്നു.
വംശം കുറ്റിയറ്റുപോകും
കുറുക്കന്റെ ഓരിയിടൽ കാരണം
തീറ്റയും കുടിയും ഉറക്കവുമില്ലാതായി.”

വാദപ്രതിവാദങ്ങൾ തീ പാറി
നീതി കിട്ടിയതുതന്നെയെന്ന് തള്ളക്കോഴിക്ക് ഉറപ്പായി

കാത്തു കാത്തിരുന്ന് ഒടുവിൽ വിധി പ്രസ്താവിക്കുകയായി
“പാത്തും പതുങ്ങിയും പോയത് തെറ്റ്
പാതിരായ്ക്ക് പോയതും വലിയ തെറ്റ്
നാടൊക്കെ നമ്മുടേതെന്നിരിക്കെ
എന്തിന് പാത്തണം, പതുങ്ങണം?
ഇതുപോലെ നല്ല പകലുള്ളപ്പോൾ
എന്തിനു രാത്രിയാക്കണം?”

ഒറ്റച്ചാട്ടത്തിന്
ജഡ്ജിക്കുറുക്കൻ
തള്ളക്കോഴിയെ വയറ്റിലാക്കി.

പക്ഷിക്കൂടം

ദേ
999
നോക്ക്
മൂന്നാളും തുല്യരാണ്
മനുഷ്യർക്കിടയിൽ ഉണ്ടോ ഇവ്വിധം തുല്യത?
ഒരേ ഉയരം
ഒരേ വണ്ണം
ഒരേ വളവ്
ഒരേ വട്ടം
ഒരേ വാല്
തുല്യം സംശല്യ

-അങ്ങനങ്ങ്ട് തീർപ്പാക്കി പോകല്ലേ ചേട്ടാ
വലത്തേ അറ്റത്തുള്ള ഒമ്പതിന്റെ മൂല്യം എത്ര?
-ന്താ സംശ്യം ഒമ്പത് ഒറ്റ
-ന്ന് ച്ചാൽ ഒമ്പത്
-നടുക്ക്ള്ളേന്റെ?
-ഒമ്പത് പത്ത്
-ന്ന് ച്ചാ തൊണ്ണൂറ്
-ഇടത്തേ അറ്റം?
-ഒമ്പത് നൂറ്
-ന്ന് ച്ചാ തൊള്ളായിരം

രാവുണ്ണി

ആലോചിച്ചു നോക്ക്യാ
മനുഷ്യരെപ്പോലെയാണ് ഈ അക്കങ്ങൾ
കണ്ടാൽ ഒരു പോലെന്നു പറയും
ഒരേ വോട്ട് ഒരേ അവസരം ഒരേ സാദ്ധ്യത
കുബേരനും കുചേലനും പോലെ
അപ്പൊട്ടനും അമ്പാനീം പോലെ
മൂല്യം പലവിധം
സ്ഥാനം പലവിധം

–നീയെന്താ മാനത്തു നോക്കി
മിഴിച്ചു നിക്കണെ?

–ദേ പക്ഷികൾ പറക്കുന്നു
ഒരേ ആകാശം
ഓരോരുത്തരുടെയും ആകാശം
എല്ലാവരുടെയും ആകാശം

പറയാണ്ടിരിക്കാൻ വയ്യാ
മനുഷ്യരെയിനി
പക്ഷികളുടെ സ്കൂളിൽ ചേർക്കണം.
പക്ഷിക്കൂടത്തിൽ.

തൊരപ്പനെ വെറുക്കരുത് പ്ലീസ്

അതാ അതാ
നയന മനോഹരമായ ആ കാഴ്ചയുടെ
അസുലഭമുഹൂർത്തം സമാഗതമാവുന്നു
ദേശാഭിമാനികളേ, മിത്രങ്ങളേ,
വരുവിൻ വരുവിൻ
കാതോർത്തു നില്ക്കുവിൻ
കൺപാർത്തു നില്ക്കുവിൻ

അത്യന്തം ബഹുമാനപ്പെട്ട
മാന്യ രാജരാജശ്രീ
തൊരപ്പനവർകൾ
ബഹുസഹസ്രാബ്ദങ്ങളുടെ
അത്യുജ്ജ്വലമായ പ്രാചീന ചരിതവും
എട്ടു പതിറ്റാണ്ടിന്റെ നവീനചരിതവുമുള്ള
നമ്മുടെ തറവാട്ടിലേക്ക്
ഇതാ ഇതാ ഇതാ
പ്രവേശിക്കുകയായി

കാണുവിൻ, സന്തോഷിക്കുവിൻ
തൊരപ്പനവർകൾ അതിവേഗം കാലെടുത്തുവെയ്ക്കുന്നു
വെച്ചു കഴിഞ്ഞു
കുതിച്ചു കഴിഞ്ഞു
എത്തിക്കഴിഞ്ഞു

ലോകം മുഴുവൻ ആകാംക്ഷാഭരിതമായി നോക്കിനില്ക്കെ
അദ്ദേഹം തറവാട്ടു മന്ദിരത്തിനെ ആകെയൊന്നു നോക്കുന്നു
നമസ്കരിക്കുന്നു
ഉമ്മ വെക്കുന്നു
എന്തൊരു വിനയം!
എന്തൊരാദരം!
മൂന്നടി മണ്ണ് ചോദിക്കുന്നതിനുമുമ്പ്
മാവേലിയെ തൊഴുതുനിന്ന വാമനന്റെ
അതേഭവ്യത, വിനയം, ആദരം!

(മാന്യപ്രേക്ഷകർ
ആകാംക്ഷയോടെ നില്ക്കയാണെന്നറിയാം
എന്നാലും നാട്യശാസ്ത്രപ്രകാരം
ഇപ്പോഴൊന്നു കർട്ടനിടാതെ വയ്യ.)

രണ്ടാമങ്കം
ബെൽ മുഴങ്ങുന്നു
കർട്ടൻ ഉയരുന്നു
അപ്പോൾ വേദിയിൽ തറവാടിന്റെ വാടിയ തറ
തത്തറ വെറും തറ
അരികെ പുതുതായുണ്ടായ മൺകൂനകൾ
പതിറ്റാണ്ടുകളായി തറയുടെ അടിയിൽ കിടന്നിരുന്ന
പച്ചമണ്ണിന് പുറത്തു വന്നതിന്റെ പൊരിച്ചൽ
തൊരപ്പനവർകൾ പണിതുടങ്ങിയിരിക്കുന്നു
അച്ഛാ ദിൻ ആഗയാ ഹെ

മൂന്നാമങ്കം
വീണ്ടും കർട്ടൻ ഉയരുന്നു
നിറയെ മൺകൂനകൾ
മൂപ്പൻ തൊരപ്പനും ഇളമുറത്തൊരപ്പൻമാരും
തിരുതകൃതി കർസേവയുടെ
കറമുറ വെട്ടും തട്ടും
തെരുതെരെ തുരുതുരാ മൺകൂനകൾ
തറവാടിനു ചുറ്റും കാവൽഭടന്മാരെപ്പോലെ
മണ്ണട്ടികൾ ഉയർന്നുയർന്നു വരുന്നു
മണ്ണിര, തേരട്ട, പല്ലി, കുഴിയാന, എട്ടുകാലി, മൂട്ട
തുടങ്ങിയ ആദിവാസികളും അവർണ്ണരും ഭയവിഹ്വലരായി
മുറുമുറുപ്പും നിലവിളിയും ഉയർന്നുയുർന്നു വന്നു

ഒന്നൂടി കർട്ടനിട്ണ്ണ്ട്ട്ടാ

നാലാമങ്കം
തൊരപ്പനാശാന്റെ ഗംഭീരശബ്ദം മുഴങ്ങുന്നു
ദേശാഭിമാനികളേ,
അഭിമാനവിജൃംഭിതരാകുവിൻ
വടക്കോറത്തെ മറ്റേ മാളികയുടെ
ഏതു ഭീഷണിയും നേരിടാൻ നാം സജ്ജരാണ്
ശത്രുക്കളെ നാം വേരോടെ പിഴുതെറിയും
ശത്രുരാജ്യം നമുക്കു പുല്ലാണ്
മണ്ണാങ്കട്ടയാണ്
തവിടുപൊടി ഭസ്മമാക്കിക്കളയും
എന്റെ പിന്നിൽ അണിനിരക്കുവിൻ

പൊടുന്നനെ
ദേശഭക്തി ഗാനമുയർന്നു
എല്ലാവരും അറ്റൻഷനായി നിന്നു
ഘോരനിശ്ശബ്ദതയുടെ ആ സുന്ദരമുഹൂർത്തത്തിൽ
അഷ്ടദിക്കുകളും നടുങ്ങുമാറുച്ചത്തിൽ
തറവാട്
ഇടിഞ്ഞിടിഞ്ഞിറങ്ങി
താഴോട്ട് താഴോട്ട്
ജനഗണമന

അതുക്കുമീതെ
ഉയർത്തിപ്പിടിച്ച കൈയിൽ വിജയചിഹ്നവുമായി
തൊരപ്പനവർകൾ
കാണികളെ അഭിവാദ്യം ചെയ്തുകൊണ്ടിരുന്നു
ഇതി വാർത്താഹ

കർട്ടൻ

ഒരു മൃഗീയ ജനാധിപത്യം

അന്തപ്പന് പണ്ടേ ഒരന്തല്ല്യായേണ്ട്
തെയ്യാമ്മക്ക് വലിവും
അന്തല്ല്യായേം വലിവും മാത്രാണ്
ഇപ്പൊ വല്യാലുക്കൽ തറവാട്ടിൽ താമസം
മക്കളൊക്കെ വല്ല്യേ സിതീലായേ
മൂന്നാള് അങ്ങമേരിക്കേലാ
രണ്ടാള് അങ്ങ് കേനഡേല്
എളേതങ്ങ്ള് ദുബായീല്
ഡോളറും റിയാലുമങ്ങനെ കുമിഞ്ഞൂടല്ലെ

കുമിഞ്ഞൂടി കുമിഞ്ഞൂടി
ഇരിക്കപ്പൊറുതീല്ലാണ്ടായേ
ആകെയൊരു എരിപൊരിസഞ്ചാരം.
അന്തല്യായക്ക് തൊണ വലിവ്
വലിവിനു തൊണ അന്തല്യായ
അങ്ങനേർന്നു ഇത്രനാളും
മക്കടെ ഇപ്പളത്തെ നെലയ്ക്ക് അങ്ങനായാ പോര
ഇനീം തൊണവേണം, ഇനീം കൂട്ടുവേണം
രക്ഷവേണം, സംരക്ഷ വേണം
കൂലി കൊടുക്കാൻ വയ്യേ
ബോണസും ഗ്രാറ്റിറ്റീം ടീയേയും വയ്യേ
ന്നാ പിന്നെ പട്ടീനെ വാങ്ങാന്ന് തീരുമാനായീന്ന്.

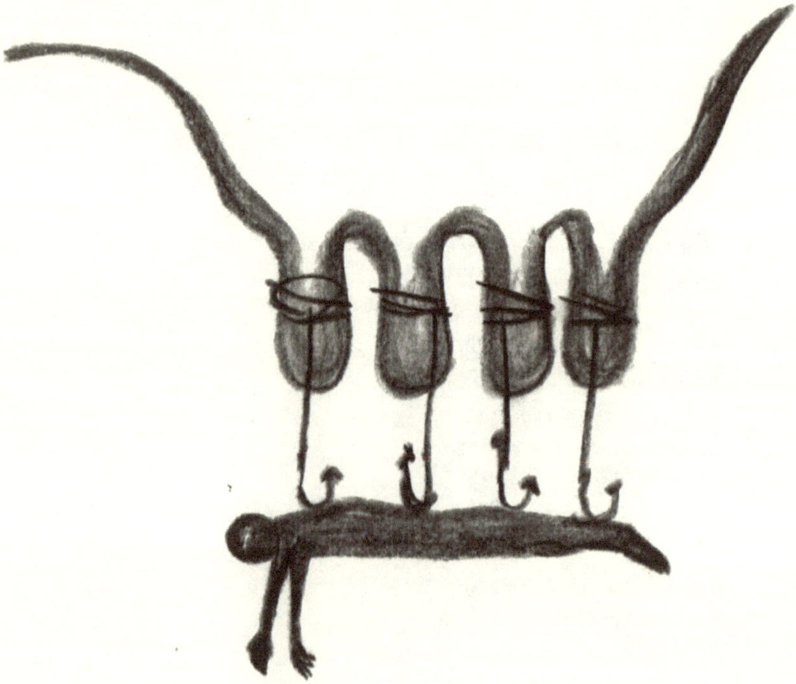

പട്ടിക്കട, കടാന്ന് പറഞ്ഞാ പോരാട്ടോ
കാണണ്ട കാഴ്ചന്ന്യാ കെന്നൽസ് സൂപ്പർ മാർക്കറ്റ്
കാണേണ്ട പൂരം, കേക്കേണ്ട കൂത്ത്
വിറ്റത് തിരിച്ചിട്ക്കാൻ പറ്റില്യാ
കൊടുത്തത് മടക്കാനും പറ്റില്യാന്ന്
ദാർശനിക കർശനിക ബോർഡും വെച്ച്
വെലസ്വല്ലേ മാർക്കറ്റ്

കച്ചോടക്കാരൻ കണ്ണിറ്ക്കി ഒരു വീശുവീശി
ഒന്നിന് ഇരുവയ്നായിരം
മൂന്നെണ്ണം അമ്പത്
മൂന്നെണ്ണട്ത്താ രണ്ടെണ്ണം ഫ്രീ!
ആ വീശലില് വീണു
അഞ്ചെണ്ണത്തിനീം കൊണ്ട്
വല്യാല്ക്കല്ക്കൊരു വണ്ടി ചീറിപ്പാഞ്ഞു
മ്മ്ക്ക് മറച്ചു വിക്കാലോന്ന്
മക്കളെല്ലാരും തക്കടതരികട
കൂട്ടായ്ട്ട് ഒര്കൂട്ടമായീലോന്ന്
തന്തേം തള്ളേം പെപ്പരപ്പേ

വല്യാല്ക്കൽ തറവാട്ടിലെ വലിയ കൂട്ടിൽ
പുതിയ പാർപ്പുകാർ വന്നു
അപ്പളാന്ന് മനസ്സിലായേ
പുത്തൻകൂറ്റുകാരിൽ
മൂന്നെണ്ണം എള്ളേതുങ്ങളും രണ്ടെണ്ണം മൂത്തുമൂത്തു
കൊഴിഞ്ഞോരും ആണ് ന്ന്.
മുത്തോര്ക്ക് കണ്ടൂടാ കേട്ടൂടാ, എപ്പളും പേടീം വെറേം,
കണ്ണിറുക്കണ കച്ചോടക്കാരൻ ശരിക്ക് ഇറുക്കീതാ
കൊല്ലാൻ നിർത്ത്യേക്കുന്നോരെ ഫ്രീയാക്കി പൊലിപ്പിച്ചു
മണ്ടമ്മാര് ഏതുകെണീലും വീഴുംന്നന്നെ!

കൂട്ടിലെ തന്തേനേം തള്ളേനേം തട്ടാൻ
വീട്ടിലെ തന്തേം തള്ളേം സമ്മതിച്ചില്ല
അവരൊന്നായി
പൊറത്ത്ള്ളാര് പൊറത്തായി
ജീവന് കാവൽ നില്ക്കുന്നതിന്
നാലു വൃദ്ധരും പരസ്പരം കൈകൂപ്പി

അങ്ങനെയിരിക്കെ ഒരു നാൾ

രാവുണ്ണി

കൂട്ടിലെ വൃദ്ധർ വീട്ടിലെ വൃദ്ധരെ കാണാൻ വന്നു
ചവിട്ടുകല്ലിൽ ഇരുന്നു
കൂട്ടിലെ കാർന്നര് പറഞ്ഞുതുടങ്ങി!
'ഞങ്ങളൊരു അഭിമുഖ സംഭാഷണത്തിന് വന്നതാണേ'
'ആന്നോ? ന്നാ തൊടങ്ങ്വന്നെ.'

'നിങ്ങടെ നോട്ടത്തില് ഞങ്ങളാവും കൂട്ടില്
ന്നാ, ഞങ്ങടെ നോട്ടത്തില് നിങ്ങളാണ് കൂട്ടില്
സത്യത്തില് ന്താ വിത്യാസം?
അവ്ടെ അഴി, ഇവ്ടെ ചൊമര്
ത്രല്ലേള്ളൂ? ന്തേ?'

അതും ശര്യാന്ന് വീട്ടര്
അതേ ശരീള്ളോന്ന് കൂട്ടര്
ഒരേ വെശ്പ്പ്, ഒരേ കെതപ്പ്, ഒരേ വെതേല്ലായ
മ്മള് ഒന്നിച്ച് നിക്കണ്ടോരല്ലേ

-തർക്കല്ലീലോ
-ന്നാ പിന്നെ നമ്മളൊര് ഗോത്രായിട്ട് ഒന്നിച്ച് പൂവ്വല്ലേ?

തുല്യർ തമ്മിൽ ഉടമ്പടിയായി
ഒന്നിച്ചൊരു ജനാധിപത്യ വ്യവസ്ഥ
മടിശ്ശീല നോക്കാതെ പഞ്ചശീല തത്ത്വം നടപ്പാക്കാൻ
ഉഭയസമ്മതപ്രകാരം തീരുമാനമായി
ജനാധിപത്യത്തിൽ ഭൂരിപക്ഷത്തിനാണ് അധികാരം
അങ്ങനെ
ഗൃഹഭരണം ശ്വാനമൂപ്പർ ഏറ്റെടുത്തു.
നേരും നെറീം വേണം
കൂറും വീറും വേണം
മനുഷ്യരെപ്പോലാവരുത്
ഭൂരിപക്ഷഹിതം മാനിക്കണം എന്നതായിരുന്നു
ഭരണഘടനയുടെ അടിസ്ഥാനപ്രമാണം
നാളെ മുതൽ നിയമങ്ങൾ ഏവർക്കും ബാധകമായിരിക്കും

ഉറക്കത്തിനിടെ ശങ്ക തോന്നി അന്തല്യാപ്പൻ
തപ്പിത്തടഞ്ഞു ബാത്ത് റൂമിലെത്തി ലൈറ്റിട്ട്
ശ്ശ്റേ... ന്നു തുടങ്ങീതൊള്ളു
വാതില്ക്കൽ തട്ടും മുട്ടും
യ്യ് തെയ്യാമ്മേടൊരു കാര്യംന്ന് പിറുപിറുത്ത്

വാതിൽ തുറക്കുമ്പോഴുണ്ട്
ശ്വാനമൂപ്പൻ, ഗോത്രമുഖ്യൻ, കോപാകുലനായി മുമ്പിൽ

–ന്താ വ്ടെ?
–മൂത്റം മുത്ത്വാന്നേ
– മൂത്രോ? വീടിനകത്തോ? അതൊന്നും ശരിയാവില്ല
ഒളിവില് നിന്ന് ട്ട്ള്ള ഈ വക ഭീകരപ്രവർത്തനൊന്നും പാടില്ല
രഹസ്യായിട്ട്ള്ള പരിപാട്യൊന്നും വേണ്ട
ഒക്കെ പരസ്യായിട്ട് മതി
ങ്ങട് വാ

മുറ്റത്ത് മാവിനടുത്ത് കൊണ്ടുപോയി നിർത്തി
ഗോത്രമുഖ്യൻ ആജ്ഞാപിച്ചു
ഇവ്ടെ നിക്ക്വാ എടത്തേ കാല് പൊക്ക്വാ
ന്ന്ട്ട് ശെരേന്ന്ങ്ങ്ട് പൂശ്വാ

ഞങ്ങൾക്കിതാണ് ശീലം, അതോണ്ടാ...
കുറ്റബോധത്തോടെ അന്തപ്പൻ പറയെ
ഗോത്രമൂപ്പൻ ശബ്ദമുയർത്തി
ശീലൊക്കെ മാറ്റാൻ തൊടങ്ങീക്കൊ
ന്യൂനപക്ഷം ഭൂരിപക്ഷ ആചാരം അനുസരിച്ചോളണം

'തെയ്യാമ്മേടെ കാര്യം ആലോചിക്കുമ്പളാണ്...' എന്ന
അന്തപ്പന്റെ അന്തല്യായ
ഗോത്രമൂപ്പന്റെ കുരയിൽ
അന്തരംഗത്തിൽ തന്നെ കുടുങ്ങി

ലേശം പഴഞ്ചോറും പുളിങ്കറീം ബാക്കിവന്നത്
വെറുതെ കളേണ്ടലോന്നാലോചിച്ച്
കൂട്ടില് കൊണ്ടച്ചു അന്തല്ലായ
ന്തേണ്ടായേന്നല്ലെ, വെച്ചോട്ത്തന്നെ ഇര്ന്നു
പുളിച്ചതും വളിച്ചതും തിന്നാൻ മന്ഷമ്മാരെ നോക്കിക്കോ
പട്ട്യോൾക്കിതൊന്നും പറ്റൂല അപ്പൂപ്പോന്ന്
ഇളിച്ചു കാട്ടിക്കൊണ്ടാരോ മുരണ്ടു

രാവിലെ പ്രാതൽമേശയിൽ
മുന്തിരിയും മധുരനാരങ്ങയും
കഴിക്കുകയായിരുന്നു വലിവും അന്തല്ല്യായേം.
ശ്വാനസൈന്യം തീൻമുറിയിലേക്ക് അതിക്രമിച്ചു കയറി

എന്താണിത്? മുന്തിരിയോ? ഓറഞ്ചോ?
വിലക്കപ്പെട്ട കനി, നിഷിദ്ധഭക്ഷണം,
ഈ വിശുദ്ധഗൃഹത്തിൽ ഇതൊന്നും പാടില്ല
അവർ അതങ്ങ് പുറത്തേക്കു കളഞ്ഞ്
ജനാധിപത്യത്തെ സംരക്ഷിച്ചു.

കാര്യങ്ങളൊക്കെ ഒന്നു ഡീസന്റായി വരണലോന്നാലോചിച്ച്
ഒരു തന്തോയത്തിന് എന്ന മട്ടിൽ
അന്തല്യായ സൂപ്പറുചന്തേന്ന് ബിസ്കറ്റ് വരുത്തി
ശ്വാനജനതയ്ക്ക് വിതരണം ചെയ്തു
അവരാരും അത് തൊട്ടുനോക്കിയില്ല
ഏറ്റവും വെല കൊറഞ്ഞ ബിസ്കറ്റാ കാർന്നര് തരേണേന്ന്
ആർക്കാണറിയാത്തത് എന്നൊരു പിറുപിറുപ്പ്
കൂട്ടിലെവിടെയോ ഉണ്ടായി

പള്ളീലൊന്നു പോവാൻ
ഉടുത്തൊരുങ്ങി ഇറങ്ങ്വാരുന്നു അന്തല്യായേം വലിവും
അന്നേരം ഭരണാധികാരികൾ ഇരച്ചുവന്നു
എന്താ യ് കാണണെ? അധിപൻ അലറി
എവിടേലും കീറീട്ട്ണ്ടോ, സ്ഥാനം തെറ്റിക്കിടക്കുന്നുണ്ടോന്ന്
ചേട്ത്ത്യാര് പരിഭ്രമിച്ചു.

തുണ്യോണ്ട് ദേഹം മറയ്ക്കെ? എന്താ കഥ
ഈ പോക്ക് എങ്ങോട്ടാ
ഇവ്ടെ ഏക സിവിൽ കോഡാ
ഭൂരിപക്ഷത്തിന്റെ ഹിതാഹിതങ്ങളോട്
ന്യൂനപക്ഷം പൊരുത്തപ്പെട്ടേ പറ്റൂ
ജനാധിപത്യം വിജയിക്കട്ടെ
ദേശീയത പുലരട്ടെ
സ്വരാജ്യ സ്നേഹം പടരട്ടെ
അവസാനം പറഞ്ഞ മുദ്രാവാക്യത്തോടൊന്നും
എതിർപ്പ് ണ്ടായിട്ടല്ല
ആദ്യം പറഞ്ഞ കാര്യത്തോടൊന്നും യോജിപ്പ് ണ്ടായിട്ട്വല്ല
രാഷ്ട്രപുനർനിർമ്മാണപ്രക്രിയയിൽ
ഭൂരിപക്ഷ ഹിതത്തിന്റെ പ്രാധാന്യത്തെക്കുറിച്ചോർത്ത്
പള്ളീപ്പോക്ക് വേണ്ടെന്നു വെച്ച് ന്യൂനപക്ഷം
പ്രായോഗിക ബുദ്ധി പ്രകടിപ്പിച്ചു.

ഇപ്പോൾ വലിയാലുക്കൽ തറവാട്ടിൽ

ഇറയത്ത് ചാരുകസേരയിൽ കിടക്കുന്നത്
ഗോത്രമുഖ്യനാണ്
അപ്രത്തും ഇപ്രത്തുമായി ശ്വാനവംശം മുഴുവനുമുണ്ട്

കൂടിനുള്ളിൽ
അന്തപ്പനും തെയ്യാമ്മയും
അന്തല്ലായേം വലിവും ബാധിക്കാതെ
ഉറക്കെ കുരച്ചുകൊണ്ടിരിക്കുന്നു:
ഔ.... ഔ.... ഔ.... ഔ...

കുറുക്കനും ഒരു ഡയലോഗ് പറയാനുണ്ട്

ബാലകഥയിലെ ഈ ചിത്രം നോക്കു
മുഖം കണ്ടാലറിയാം
കുറുക്കൻ ഒരു ആർത്തിപ്പണ്ടാരമാണെന്ന്.
(ഇവിടെ എന്തിനാണ് ഒരു എന്നൊന്നും ചോദിക്കരുതെ ടാ
ഒരു എന്നാലൊരു ഇദാണ്. ഒരു അല്ലേലും നോൻ ഒരുന്ന്
പറഞ്ഞളേം കവിരേവ പ്രജാപതി!)

മാംസം തിന്നാൻ
ചോര കുടിക്കാൻ
കൂർപ്പിച്ച മോന്തയുംകൊണ്ടു നടപ്പാണവൻ
(അവൾ ആയാലും ചേരും, ന്നാലും അവനാണ് നായകത്വം ചേർച്ച.
കുറുക്കളെക്കുറിച്ച് നല്ല ബാലകഥ വല്ലവരും എഴുതിയിട്ടുണ്ടോ?)
ആർത്തി, ദുര, ദുഷ്ടബുദ്ധി, ഒളിനോട്ടം, ചരിത്രവിരോധം,
ചാരിത്ര്യവിരോധം, സമത്വവിരോധം
ജാത്യാഭിമാനം
എല്ലാം കൂട്ടിക്കൊഴച്ചെടുത്താൽ
കുറുക്കനാവും (കുറുക്കളും ആവും)
ആർത്തി പെരുത്താൽ കുറുക്കന്റെ കണ്ണ് കോങ്കണ്ണാവും
ഒരു കണ്ണ് കോഴിക്കൂട്ടിലേക്ക്, മറ്റൊരു കണ്ണ് പ്രാവിൻകൂട്ടിലേക്ക്
ഒരു കണ്ണ് കിളിക്കൂട്ടിലേക്ക്, മറ്റൊരു കണ്ണ് താറാവിൻ കൂട്ടിലേക്ക്
ക്രൂരതയുടെ നിറമാണവന്
(എല്ലാ ബാലകഥകളിലും കുറുക്കന്റെ പ്രകൃതം ഇതൊക്കെത്തന്നെ)

മാതാപിതാക്കളുടെ ഇഷ്ടപ്രകാരം

ചിത്രകല പഠിക്കാനിറങ്ങിത്തിരിച്ച
അമ്മാളുവാണ് പണിപറ്റിച്ചത്
ചിത്രത്തിന് നിറം കൊടുക്കാനിരുന്ന അവൾ
കുറുക്കന്റെ ദേഹത്താകെ കടുനീലച്ചായം വാരിപ്പൂശി

അവൾ പാലു കുടിക്കാനോടിയ നേരം
രംഗത്താരുമില്ലെന്നു കണ്ട് കുറുക്കൻ
പുസ്തകത്തിൽ നിന്ന് ചാടിയിറങ്ങി
പുറത്തുകടന്ന്
നാടു കടന്ന്
പുഴ കടന്ന്
കാട്ടിലെത്തി

കാട്ടാരെല്ലാം അമ്പരന്നു
ഇങ്ങനൊരു ജീവിയെ ഇരുവരെ കണ്ടിട്ടില്ല, കേട്ടിട്ടില്ല
ഈ മഹാതേജ്വസി ആരാണാവോ
സന്ന്യാസിയാവും
മഹാശക്തനാവും
മഹാജ്ഞാനിയാവും
മഹാധീരനാവും
മായാവിയാവും
ആദർശവാദിയാവും

കർണ്ണാകർണ്ണിയാ വിവരമറിഞ്ഞ സിംഹരാജൻ കിടിലംകൊണ്ടു
കിടുകിടാ വിറച്ചു
മഹാശക്തൻ തന്നെയും കൊന്ന് കടിച്ചുകീറിത്തിന്നും
അതിനുമുമ്പ് കീഴടങ്ങി
ശക്തന്റെ സേവകനായി ശിഷ്ടകാലം കഴിയുകയാണ് നല്ലത്
അധികാരിയുടെ ഉച്ഛിഷ്ടം തിന്ന് പശിയാറ്റാം
മറ്റു മൃഗങ്ങൾക്കൊപ്പം സിംഹരാജനും കൂറുമാറി
ഒരു മന്ത്രിസഭ ഒന്നിച്ചു കാലുമാറി പെയിന്റുമാറ്റി
എല്ലാടവും കടുനീല പരന്നു

സിംഹവംശത്തെയും പുലിവംശത്തെയുമൊക്കെ പ്രകീർത്തിച്ചിരുന്ന
ചരിത്രരേഖകൾ തീയിട്ടു
ദാർശനിക ശബളിമയാർന്ന കടുംനീല വാഴ്ത്തുകൾ വന്നു
കുറുവംശത്തിന്റെ രക്തവിശുദ്ധിയിൽ
വനരാഷ്ട്രം അഭിമാനംകൊണ്ടു
കോഴി, താറാവ്, തത്ത, പ്രാവ് തുടങ്ങിയ ഹീനജാതിക്കാരെ
ഉന്മൂലനം ചെയ്യുന്നതിനായി
ഘട്ടംഘട്ടമായി പിടികുടി സമക്ഷത്തിൽ ഹാജരാക്കാൻ ഉത്തരവിറങ്ങി

തിന്നു വീർത്ത്, തിങ്ങിവിങ്ങി, മഹാരാജാവ് വലഞ്ഞു

രാഷ്ട്രരക്ഷാർത്ഥം പള്ളിവേട്ടയ്ക്കിറങ്ങിയ മഹാരാജാവിനെ കണ്ട്
ത്രികാലജ്ഞാനിയായ കൂമസന്ന്യാസി ചോദിച്ചു:
എടാ വിഡ്ഢിക്കുറുക്കാ, നീ വീണ്ടും നീലത്തൊട്ടിയിൽ വീണോ?

മഹാരാജാവ് ഞെട്ടി
സൈനികർ ഞെട്ടി
പരിസേവകർ ഞെട്ടി
വനജനങ്ങൾ തുരുതുരാ ഞെട്ടി

പൊടുന്നനെ മഹാരാജാവ് പൊട്ടിച്ചിരിച്ചു
സൈനികർ പൊട്ടിച്ചിരിച്ചു
പരിസേവകരും വനജനങ്ങളും മത്സരിച്ചു പൊട്ടിച്ചിരിച്ചു

പെട്ടെന്ന് ചിരി നിലച്ചു
ഘോരനിശ്ശബ്ദത.
ഒടുവിൽ മഹാരാജാവ് മൗനം ഭഞ്ജിക്കുകതന്നെ ചെയ്തു
അദ്ദേഹം തിരുമൊഴിയാടി
(ഈ കവിതയിലെ മഹാരാജാവിന്റെ ഏക ഡയലോഗ്!)

ഹ... ഹ... ഹ..
അല്ല പിന്നെ അതെ പിന്നെ
ആരു പറഞ്ഞു? എന്തു പറഞ്ഞു? ഏതിനു പറഞ്ഞു
എന്തു നീലത്തൊട്ടി? ഏതു നീലത്തൊട്ടി? ആരുടെ നീലത്തൊട്ടി?
അതെ, അതാണ്, അതന്ന്യാണ് ചോദ്യം
അക്കാര്യം പറ, അന്നത്തെ കാര്യം പറ
അന്നെവിട്യാ നീലം? ഇത്തറ നീലം? തൊട്ടി നിറെ നീലം?
കള്ളം നീലക്കള്ളം
എങ്ങൂലാ, എവിടേലാ
സ്വന്തം നെഞ്ചത്ത് ഉറക്കെ തട്ടി പറഞ്ഞു
അതേയ് പ്രക്റിത്യാ... പ്രക്റിതി...
വേണങ്കി ദാ കണ്ടോ

മഹാരാജാവ് കുളത്തിലേക്ക് ഒറ്റ ചാട്ടം
ക്ഷണനേരംകൊണ്ട് കുളം കടുംനീലക്കുളമായി....

പാലു കുടിച്ചു വന്ന അമ്മാളു
കുറുക്കന്റെ പടം മായ്ച്ചുകളഞ്ഞു.

നിലപാട്

ഇത്തിരി കൊടമ്പുളി പൊട്ടിച്ചു കൊടുത്ത്
ഭാര്യയെ ഒന്നു പ്രീതിപ്പെടുത്താമെന്നു കരുതി
തോട്ടീട്ത്ത് ഒന്നു തോണ്ടീതേള്ളു
ദാ, ചില്ലുപോലെന്തോ താഴെ വീണുടയുന്ന ശബ്ദം
അലക്കുന്നിടത്തുനിന്ന് ഭാര്യ ഓടിവന്നു
"അയ്യോ ഈ ഫോട്ടോയും തകർത്തോ?;
നിങ്ങൾക്കെത്രാത്തത്ര എകരത്തിൽ
ചുമരീ ഞാത്തീതല്ലേ മനുഷ്യാ
തോട്ടീമെടുത്ത് വന്നേക്കുണൂന്ന്!..'
എന്തതിശയമേ
കുടമ്പുളി നിന്നേർന്നോടത്ത് ഇപ്പൊ ചുമരാ.
ഞാൻ നിക്കണത് എറേത്തും

ഈ പോട്ടത്തിലാരാണ്ടപ്പാ?
മതിലകം പൊലീസ് ടേഷൻല്
സർദ്ദാറിന്റൊപ്പം രാത്രി മുഴുവൻ ഇടികൊണ്ട്
ബോധംകെട്ടുവീണ വേലായ്ദേട്ടനോ,
ഗുരുവായൂര് നടയ്ക്കെ
എകെജീടൊപ്പം തല്ലോണ്ട
സുബ്രഹ്മണ്യമുത്തച്ഛനോ
കോയ്ക്കോട് കടപ്രത്ത്
കേളപ്പന്റൊപ്പം ഉപ്പ്ണ്ടാക്കാൻ പോയ
കുഞ്ഞുണ്ണിക്കാർണോരോ,

മിച്ചഭൂമി പിടിക്കാൻ പോയി
ജേലിലെത്തിയ രാമകിഷ്ണേട്ടനോ
പളനിയാണ്ടവനോ? കുട്ടാലെത്തേവരോ?

ഷേവിങ് ക്രീമെടുത്ത് പല്ലു തേയ്ക്കും
ടൂത്ത് പേസ്റ്റെടുത്ത് മുഖത്ത് തേയ്ക്കും
കഴിക്കാൻ വെച്ച ചോറ് കൊണ്ടോയി കണ്ടത്തി വെതയ്ക്കും
പെമ്പിള ഇത്രയ്ക്കങ്ങട് ചൂടായി പിറുപിറുക്കണതെന്തിനാണാവോ..

അവളെ ഒന്നു തണുപ്പിക്കണലോന്ന് തല പുകഞ്ഞാലോചിച്ച്
നാല് തേങ്ങീട്ടളയാന്ന്ച്ച്ട്ട്
തളപ്പ്ട്ത്ത്ട്ട് തെങ്ങുമ്മെക്കേറീതാ
ദേ വരണു ഭദ്രകാളി
നിങ്ങളെന്താ മന്ഷ്യാ
അരണമരത്ത്മ്മെ പൊത്തിപ്പിടിച്ച് കേറണേന്ന്!
വീട്ട്ലുള്ളോര്ക്ക് വെളിവില്ലാച്ചാ, ന്താ ചിയ്യാ?

ഇപ്പോൾ ഇവിടെ ഇങ്ങനൊക്കെയാണ്
ഉറക്കത്തിനിടയിലെ മൂത്രശങ്കയിൽ
കട്ടിലിലാണ് കിടക്കുന്നതെന്നോർക്കാതെ
ഞാനങ്ങ്ട് എണീറ്റു നടക്കും
താഴെ വീണ്
തുടർന്ന്ള്ള കിടത്തം ആസ്പത്രിയിലാവും
പതിവായോണ്ട് ശീലായിട്ടാ

നിലത്ത് പായിൽ കിടക്കുമ്പോൾ
കട്ടിലിലാണെന്ന് കരുതി
താഴേക്ക് കാൽ വെക്കും
എല്ലാടവും കട്ടിലാണല്ലോ എന്ന അമ്പരപ്പിൽ
മൂത്രമൊഴീല് വേണ്ടെന്നു വെക്കും

പ്ലാവിൽ കയറി ചക്കയിട്ട്
താഴെ കവരമുണ്ടെന്ന തീർച്ചയിൽ
കാൽവെച്ചിറങ്ങുമ്പോൾ
റോക്കറ്റുപോലെ പ്ലാവ് മുകളിലേക്ക് ഒറ്റ കുതിപ്പാണ്
ചക്ക വീണതുപോലെ ഞാനും നിലംപൊത്തും
ഇപ്പൊ ശീലായിട്ടോ

ചവിട്ടുപടിയിൽ കാൽ വെക്കുന്ന നേരം

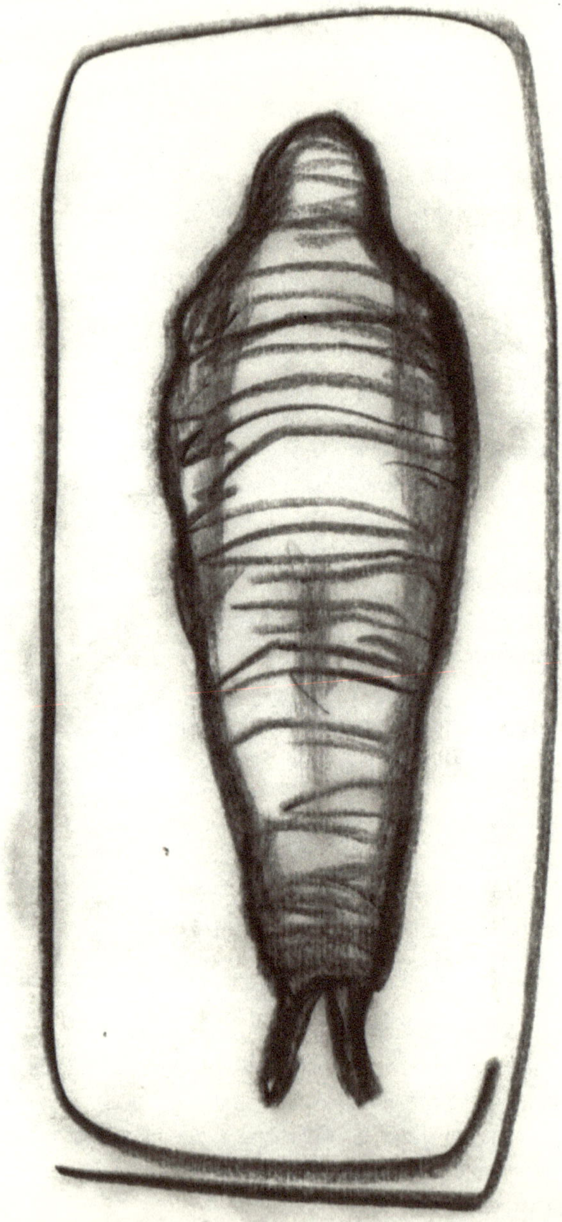

മുകളിലേക്കാണോ
താഴേക്കാണോ
എനിക്കു പോവേണ്ടത് എന്ന സംശയം വരും
മുകളിലേക്കെന്ന് കരുതി കാലുയർത്തി
താഴെ പടിയിൽ ചവിട്ടി, ഊർന്നുവീഴും
നാശം
ഈ മുകളിലും താഴെയും എന്ന വ്യത്യാസം കണ്ടുപിടിച്ചതാരാണാവോ

മാർബിളെന്നു കരുതി വെള്ളത്തിലേക്കും
വെള്ളമെന്നോർത്ത് മാർബിളിലേക്കും
ഈ ദുരിയോധനൻ, മഹാദുരിയോഗി
കാലെടുത്തു കുത്തും
വീട് തലകുത്തി മറിയും

ഏതോ ഒരു ഒറ്റമുറിയിൽ കുടുങ്ങിനില്പാണ് ഞാനിപ്പോൾ
ഇത് ലിഫ്റ്റോ, ബാത്ത്റൂമോ, നിലവറയോ?
സാക്ഷയോ വാതിലോ കാണ്മാനില്ല
ഭാര്യയെ വിളിക്കാൻ മൊബൈലെടുക്കുമ്പോൾ
അവളുടെ നമ്പർ മറന്നുപോയല്ലോ
അയ്യോ, പേരും മറന്നുവല്ലോ

വാസ്തവത്തിൽ ഞാനിപ്പോൾ എവിടെയാണ്?
ഐസിയുവിലോ
മോർച്ചറിയിലോ
ശവപ്പെട്ടിയിലോ?

അനുബന്ധങ്ങൾക്കൊരു അനുബന്ധം

ഈ കാവ്യക്കേച്ചർ കെരന്തം കാശു കൊടുത്ത് വാങ്ങിയോ ഓശാരത്തിലൊപ്പിച്ചോ കരസ്ഥമാക്കി വായനയിലേർപ്പെട്ട് ഇത് കാവ്യമോ കാരിക്കേച്ചറോ കൂത്തോ കൂടിയാട്ടമോ തുള്ളലോ ചാട്ടമോ ഒന്നുമായില്ലല്ലോ, ആയുസ്സു പാഴായല്ലോ, എന്നോർത്ത് കലി തുള്ളിയിരിക്കുന്ന എല്ലാ കലിയുഗ സന്തതികൾക്കും വന്ദനം.

കവിത കെട്ടാൻ തുടങ്ങിയ ബാല്യകാലത്ത് എല്ലാവരെയും പോലെ ഈയുള്ളവനും പൂക്കൾ, കാക്ക, കുയിൽ, തത്ത, കുരങ്ങ് എന്നിവയെക്കുറിച്ച് എഴുതിവന്നിട്ടുള്ളതാകുന്നു. ജ്ഞാനികൾ ബോധമുറച്ചപ്പോൾ മതിയാക്കിയതിനെ പരിഗണിക്കാതെ ഈയുള്ളവൻ ബാലചാപല്യം അതേമട്ടിൽ തുടർന്നുപോന്നതിന്റെ ദുരന്തമാകുന്നു കാവ്യക്കേച്ചർ. മൂന്നര പതിറ്റാണ്ടുകാലം മുമ്പ് 'നായും നരനും' എന്ന കവിത നാടകരൂപത്തിൽ എഴുതിയതിലെ നാടകത്തെ കൂസാതെ 'ഒത്ത കവിത, ഒന്നാന്തരം' എന്ന അപ്രസ്തുതപ്രശംസ പോസ്റ്റ് കാർഡിലെഴുതി അയച്ചുതന്ന ആറ്റൂർ രവിവർമ്മയും ഇതിലെ കാവ്യാംശത്തെ കൂസാതെ നാടകമാക്കി നൂറുകണക്കിന് അരങ്ങുകളിൽ അവതരിപ്പിച്ച പ്രിയനന്ദനനും 'പട്ടിയിൽ' എന്ന എന്റെ വീട്ടുപേര് അന്വർത്ഥമാക്കാനായി കാലാകാലങ്ങളിൽ രാമാരാമത്തിൽ പാർപ്പുറപ്പിച്ച എന്റെ ശ്വാനസഹോദരങ്ങളുമൊക്കെ ഇവ്വിധമുള്ള കേച്ചറുകളിലേക്ക് ഈയുള്ളവനെ പ്രലോഭിപ്പിച്ചുകൊണ്ടിരുന്നു.

പക്ഷിമൃഗാദികൾ ഭീഷണിപ്പെടുത്തുകയോ മാനനഷ്ടക്കേസു കൊടുക്കുകയോ ഗുണ്ടകളെ വിട്ടു ഭേദ്യം ചെയ്യുകയോ ഗ്രന്ഥകർത്താവിന്റെ വീടിനു മുമ്പിൽ പ്രകടനം നടത്തുകയോ ചെയ്യില്ല എന്ന ശുഭാപ്തിവിശ്വാസത്തിലാകുന്നു കാവ്യക്കേച്ചറിലേക്കുള്ള എടുത്തുചാട്ടം.

ദാർശനികർക്കും മഹാമനീഷികൾക്കും മാത്രമേ ഹാസ്യം പ്രയോഗിക്കാൻ പറ്റൂ എന്നറിയായ്കയല്ല. ഹാസ്യമെഴുത്തുകാരെയും ഹാസ്യനടന്മാരെയും ഏഴാം കൂലികളാക്കി സ്വയം വലിയോരെന്നു മേനി നടിച്ചു നടക്കുന്ന അല്പന്മാർ ഏറിയ നാട്ടിൽ അല്പാല്പനും ഏഴാംകൂലിയുമാണെന്ന ആത്മബോധത്തോടെ ഒരു കോമാളി ത്തൊപ്പിയുമണിഞ്ഞ് ഈയുള്ളവനിങ്ങനെ തുള്ളുകയാണ്. ഹാസ്യം ഉപയോഗിക്കാനുള്ള ശേഷിയും ശേമുഷിയും അശേഷമില്ല എന്നതോർ ക്കാതെയാണ് എഴുത്തിനിരുന്നതെന്ന് ഇനി പറഞ്ഞിട്ടു കാര്യമില്ലല്ലോ. മൃഗങ്ങൾ എന്തും സഹിച്ചോളുമെന്ന പ്രതീക്ഷയിൽ മാത്രമാണ് എഴുത്തു മുന്നേറിയത്. കാവ്യക്കേച്ചറിന്റെ മുൻഗാമികളായ നായും പന്നിയും എലിയും കൂമനും കാക്കയും കഴുതയും പല കവിതകളിൽ നിന്നും വേലിപൊളിച്ച് ഇവിടെ വന്നുനില്പുണ്ട്. അവരെ മാന്യമഹാജനങ്ങളുടെ മുമ്പിലേക്ക് തുറന്നു വിടാതിരിക്കാൻ നിവൃത്തിയില്ലാതായിരിക്കുന്നു. പുസ്തകത്തിന്റെ ആമുഖമായി ചേർക്കേണ്ടതായ വാചകമടി ആദിയിലും അന്ത്യത്തിലുമല്ലാതിങ്ങനെ തോന്ന്യാടത്ത് കൊണ്ടുവെച്ചതും തോന്ന്യാസം തന്നേന്നങ്ങട് കൂട്ടിക്കോളൂ കൂട്ടരേ.

ന്നാ, വായിച്ചോളൂ വായിച്ചോളൂ....

അനുബന്ധ കവിതകള് വായിച്ചോളൂ

നായും നരനും

നായ: തെരുവീഥിയിൽ നിന്നുമേറ്
ഇടവഴിയിൽ നിന്ന് പിന്നെയുമേറ്
പറമ്പുകളിൽ നിന്ന് തുരുതുരാ ഏറ്
കല്ലേറിന്റെ കൊടുംമഴയിൽ രക്തസ്നാതനായി
ഇതാ ഞാൻ
നരനേ, നാം തമ്മിലെന്ത്?
കല്ലുകളുടെ പൊരുളെന്ത്?

നരൻ: ഇതു നല്ല തമാശ
നായെ കാണുമ്പോൾ എറിയുകയെന്നത്
നരന്റെ കർമ്മമാകുന്നു
ഏറുകളെല്ലാം ഏറ്റുവാങ്ങി ഓടിക്കൊണ്ടേയിരിക്കുക
എന്നത് നായുടെയും
ചരിത്രത്തിലാദ്യമായിട്ടാണ് ഒരു നായ
തിരിഞ്ഞു നില്ക്കുന്നത്
തിരിഞ്ഞുനില്ക്കയാലും ചോദ്യം ചോദിക്കയാലും
നീ കർമ്മം തെറ്റിച്ചിരിക്കുന്നു.
കർമ്മപ്പിഴയ്ക്ക് നിന്നെ കാത്തിരിപ്പതോ, കൊടുംനരകം..

നായ: ഹോ മർത്ത്യസഹവാസത്തേക്കാൾ നരകം മറ്റൊന്നുണ്ടെന്നോ?
നോക്ക്, നിന്റെ അടുക്കളയിൽ
ഞാൻ മോഷ്ടിക്കാൻ വരുന്നില്ല
കിടപ്പറയിലെ സ്വകാര്യമോ കവരുന്നില്ല.
അനാശാസ്യക്കാരനോ കള്ളനോ തെരുവിലെത്തുമ്പോൾ
പൊലീസുകാരനെപ്പോലെ ഇവൻ നിങ്ങളെ രക്ഷിക്കുന്നു

പാമ്പോ പെരുച്ചാഴിയോ അതിക്രമിച്ച് കടക്കുമ്പോൾ
അതാ അതാ എന്നു ഞാൻ മുന്നറിയിക്കുന്നു
കരുണയറ്റ ലോകമേ
കാവല്ക്കാരനുള്ള കൂലി ഇതോ..

നരൻ: അഹോ! പെരുംനുണയനും അഹങ്കാരിയുമായ ശ്വാനന്റെ
ഭാഷണം കേട്ടില്ലേ
ഞങ്ങൾ അഴുക്കുകൾ പിന്നാമ്പുറത്തൊളിപ്പിച്ച്
അഴകുകളിൽ പൂമുഖം അണിയിച്ചൊരുക്കുന്നു
നീയോ, പിന്നാമ്പുറത്തു നിന്ന് എല്ലാം കൊണ്ടുവന്ന്
ഉമ്മറത്തിന്റെ ചിരി കെടുത്തുന്നു
ഒളിവിലെത്തുന്ന രഹസ്യക്കാരനെ പരസ്യപ്പെടുത്തി
തറവാടിത്തത്തിന്റെ മാനം കെടുത്തുന്നു
അതിരിലൂടെ ഇഴഞ്ഞുപോകുന്ന വിഷപ്പാമ്പിനെ
കടിച്ചെടുത്ത്
പാതിപ്രാണനായി നടവഴിയിൽ കൊണ്ടിടുന്നു
താരാട്ടുപാടി കുഞ്ഞുങ്ങളെ ഉറക്കാൻ
ഞങ്ങൾ തത്രപ്പെടുമ്പോൾ
നിന്റെ കാലൻവിളിയാൽ അതിനെ മുറിക്കുന്നു
ആകയാൽ നരവംശത്തിന്റെ നിതാന്തശത്രു നായാകുന്നു

നായ: ഹാ, കളങ്കനിർഭരമായ ലോകമേ
നിഷ്കളങ്കർക്ക് ഊഴിയിൽ ഇടമില്ലെന്നോ
ഉറ്റവരും ബന്ധുക്കളുമൊടുങ്ങി
ജയപരാജയങ്ങളുടെ പൊരുളറിഞ്ഞ്
ധർമ്മപുത്രൻ ഒടുക്കത്തിലേക്ക് യാത്ര ചെയ്തപ്പോൾ
നിഴൽ പോലെ അനുഗമിച്ചവൻ നായ, നായ മാത്രം
അന്നുമിന്നും എങ്ങൾക്ക് സ്വർഗ്ഗം വിലക്കപ്പെട്ടിരിക്കുന്നു.
അഴുക്കു കണ്ടുപിടിക്കൽ ശ്വാനവൃത്തിയാകുന്നു
ഉള്ളിലും പിൻപുറത്തുമുള്ള അഴുക്ക്
അവിടെത്തന്നെ കെട്ടിക്കിടന്ന് നാറ്റം വിതയ്ക്കുന്നു
നോക്ക്, നിങ്ങളുടെ വർത്തമാനങ്ങളിൽ നുണയുടെ നാറ്റം
മന്ദഹാസത്തിൽ, ഹസ്തദാനത്തിൽ, പ്രണയത്തിൽ
അദ്ധ്യക്ഷപ്രസംഗത്തിൽ നുണയുടെ പെരുംനാറ്റം
തെരുവിൽ, ആപ്പീസിൽ വേലിപ്പഴുതിൽ, അടുക്കളയിൽ,
കിടപ്പറയിൽ നുണയുടെ രാജവാഴ്ച
ഇവൻ, നേരിന്റെ കാവല്ക്കാരനായ നായ,
അഴുക്കിനും ഇരുട്ടിനു നുണയ്ക്കുമെതിരെ
യുദ്ധകർമ്മമേറ്റവൻ,
നരനിൽനിന്നു നായിലേക്കുള്ള ദൂരം
നുണയിൽ നിന്നു നേരിലേക്കുള്ളതത്രെ!

നരൻ: രാഷ്ട്രമര്യാദകളെ പരിഹസിക്കുന്ന മൃഗമേ
നീ, കവിയെപ്പോലെ, പ്രായോഗിക ബുദ്ധിയില്ലാതെ,
സംസാരിക്കുന്നതെന്ത്?
നിഴലും ഇരുട്ടുമല്ലോ വെളിച്ചത്തെ പ്രസക്തമാക്കുന്നു!
നുണയില്ലെങ്കിൽ നേരിനു ശോഭയെന്ത്?
രാവണൻ ശ്രീരാമചന്ദ്രന്റെയെന്ന പോലെ
പിന്നാമ്പുറം ഉമ്മറത്തിന്റെ തിളക്കമുണർത്തുന്നു
നായ: ഞങ്ങൾ നായ്ക്കൾ,
തർക്കശാസ്ത്രത്തിന്റെ മർമ്മമറിയാത്തവർ
കടലിൽ ചെന്നാലും ആർത്തി കാണിക്കാത്തവർ
പന്തീരാണ്ടുകൊല്ലം വാലു കുഴലിലിട്ടാലും
വർഗ്ഗലക്ഷണം മറയ്ക്കാത്തവർ
ചേതലാഭങ്ങളുടെ കണക്കറിയാതെ, ഇരിക്കാൻ നേരമില്ലാതെ
അങ്ങാടി തെണ്ടുന്നവർ
നരത്വമില്ലായ്മയാലാവണം
ഞങ്ങൾ സമ്പാദിച്ചു കൂട്ടുന്നില്ല
പരസ്പരം തോല്പിക്കുന്നില്ല
കഴുമരങ്ങളും ജയിലുമുണ്ടാക്കുന്നില്ല
ആകയാൽ ഞങ്ങളുടെ ഇടയിലാരും
മനം ചുട്ട് ആത്മഹത്യ ചെയ്യുന്നില്ല
ചിത്തരോഗികളാവുന്നില്ല
നരൻ: കാര്യമൊക്കെ ശരിതന്നെ
നിയമവാഴ്ചയെ നിന്ദിച്ചാൽ കളി പഠിക്കും
പരിഷ്കാരവും നാഗരികതയും എന്തെന്നറിയാത്ത വിഡ്ഢി
നീ നരനോടിടയാൻ പിറന്നവൻ
പോഷകാഹാരവും വ്യായാമവും വഴി
നിത്യേന സ്വരുക്കൂട്ടുന്ന ആരോഗ്യമല്ലേ
പേ വിതറി നശിപ്പിക്കുന്നത്?
നായ: നരചേഷ്ടകളിങ്ങനെ കണ്ടുകണ്ടിരിക്കുമ്പോൾ
ഏതു നായ്ക്കും പേയിളക്കിപ്പോകും
ലോകാനുഭവത്തോടുള്ള നായ് വംശത്തിന്റെ
സത്യപൂർണ്ണമായ
പ്രതികരണമാകുന്നു പേയിളകൽ.
ഇതു ഞങ്ങളുടെ പ്രതികാരം.
ഒരു ദിനമെങ്കിലും
ഞങ്ങളെപ്പോലെ പഴുത്ത്
ഞങ്ങളെപ്പോലെ പൊരിഞ്ഞ്
ഞങ്ങളെപ്പോലെ തീയിൽ മുങ്ങി
ഞങ്ങളെപ്പോലെ കുരച്ച്, കിതച്ച്

നരനും നേരുകാരന്റെ വിധിയറിയട്ടെ.
നരൻ: ആത്മപ്രശംസ ആത്മഹത്യയെന്നറിയുക.
നായ്ക്കളിലുമുണ്ട് ഞങ്ങളെപ്പോലെ
തൻകാര്യം നോക്കികൾ.
വൃത്തികേടുകൾ വിഴുങ്ങി ചിരിച്ചുകാട്ടുന്നവർ
നാം തമ്മിൽ എന്തുള്ളു ഭേദം?
നായ: അയ്യോ, കൊടിയ അപമാനത്തീയിലേക്ക്
എന്നെ തള്ളല്ലേ
മിത്രം ചമഞ്ഞെത്തിയ നരജാരനെ നായേയെന്നു
വിളിച്ചതുകേട്ട്
ഞങ്ങളിലൊരുവൻ പേയിളകിച്ചത്തു
നിരന്തരസഹവാസത്താൽ നായ്ക്കളിൽ ചിലർക്ക്
നരഭാവമാർന്നു തുടങ്ങി എന്നതു നേര് തന്നെ.
എന്നും നരന്റെ ഉച്ഛിഷ്ടം മാത്രം ഭക്ഷിക്കയാൽ
ഇവർക്കും സാംക്രമികരോഗങ്ങൾ പിടിപെടുന്നുണ്ട്.
എന്നാൽ അറിഞ്ഞുകൊള്ളുക.
വാലാട്ടുന്നവരല്ല
കുരയ്ക്കുന്നവരാണ് യഥാർത്ഥ നായ്ക്കൾ
നുണയുടെ ഇരുട്ട് അണ്ഡകടാഹത്തെ വിഴുങ്ങുമ്പോൾ
ഏക കർമ്മം ഇതാകയാൽ
ഞങ്ങൾ കുറച്ചുകൊണ്ടേയിരിക്കും
അതിന്റെ ശമ്പളം കല്ലേറെന്നറിഞ്ഞ്
ഞങ്ങൾ മക്കളോടു പറയും:
　കുരച്ചുകൊണ്ടിരിക്കയാണ് നായത്തം
　നരത്വം ചോരയിൽ കലരാതിരിക്കാൻ
　കുരച്ചു കൊണ്ടേയിരിക്കുക.
നീ നിശ്ചലനായി നില്ക്കുന്നതെന്ത്?
കൈയിലുള്ള കല്ലുകൊണ്ട് എന്നെ എറിയ്
അടുത്തു പറമ്പുകളിൽ കാത്തുനില്ക്കുന്ന
കല്ലുകളേറ്റു വാങ്ങാൻ,
പോകാൻ, എനിക്കു സമയമായി.

ചേറ്റുപുഴപ്പാലത്തിലെ പട്ടികൾ

കണ്ണടച്ചു തുറക്കുംമുമ്പാണ് ജീവിതം മാറിയത്
കൂടില്ലാ വീടില്ലാ മേടില്ലാ നാടില്ലാ
മോളിലാകാശമില്ലാ താഴെ ഭൂമിയില്ലാ
രാവില്ലാ പകലില്ലാ പുലരിയില്ലാ അന്തിയില്ലാ

പണ്ടെന്തായിരുന്നു
എന്തെന്തുത്സവമായിരുന്നു
യജമാനന്മാരുടെ പട്ടിയും
പട്ടികളുടെ യജമാനനുമായിരുന്നു ഞാൻ
എന്തൊരു സുവർണ്ണകാലം
പട്ടികളിലെ യജമാനനാവുന്നതേക്കാൾ
യജമാനന്റെ പട്ടിയാവുന്നതാണ്
കേമമെന്ന്
എന്നെച്ചൂണ്ടി ജനം അസൂയ പൂണ്ടു
യജമാനനുണ്ട് എന്നല്ല
പട്ടിയുണ്ട് സൂക്ഷിക്കുക എന്നായിരുന്നു
കവാടത്തിൽ ബോർഡ്!

അതാണ് ഞാൻ..
യജമാനന്റെ കൊട്ടാരത്തിനുള്ളിൽ
എനിക്കുമൊരു കുഞ്ഞുകൊട്ടാരം
വരിവരിയായി പരിചാരകർ
കുളിപ്പിക്കാൻ, കളിപ്പിക്കാൻ,
ഊട്ടാൻ, ഉലാത്താൻ ഊഴം കാത്തുനിന്നു

എന്നെക്കാണാനും സന്ദർശകർ വന്നു
എന്റെ കുലത്തെയും മഹിമയെയും
ഇഷ്ടാനിഷ്ടങ്ങളെയും നൂറുനാവാൽ വർണ്ണിച്ച്
യജമാനത്തി അഭിമാനവിജൃംഭിതയായി

കൊട്ടാരക്കൂട്ടിൽ വന്നുപെട്ടത് ഇപ്പോഴും ഓർമ്മയുണ്ട്
അമ്മയുടെ മുലപ്പാൽ ആർത്തിയോടെ കുടിക്കുമ്പോഴാണ്
ഏതോ ഇരുമ്പുകൈ എന്നെ വേർപെടുത്തിയത്
കൂട്ടിലെ ഇരുമ്പഴികളിൽ തട്ടി മേലാകെ മുറിഞ്ഞു.

അമ്മയുടെ ഇളംചൂടിനു പകരം വൈദ്യുതിച്ചൂട്
അമ്മപ്പാലിനു പകരം പോഷകക്കലക്കുപാൽ
കുത്തിവെപ്പ് ഗുളിക ബിസ്ക്കറ്റ് മത്സ്യം മാംസം ഓട്ടം ചാട്ടം കുര
പിന്നെപ്പിന്നെ ജീവിതം ഇങ്ങനെയായി.

എന്നെ പരിശീലിപ്പിക്കാനും ശുശ്രൂഷിക്കാനും പരിപാലിക്കാനും
ചുമതലക്കാരുണ്ടായി
എന്റെ ശബ്ദം ആജ്ഞയായി വിലക്കായി താക്കീതായി.
ഞാനും ഒരു അധികാരിയായി
എനിക്കുതന്നെ ഞാനൊരത്ഭുതമായി
കാലംപോകെ എപ്പോഴാണ് പിഴച്ചതെന്ന് ഓർമ്മയില്ല
ജരാനര ബാധിച്ചു രോമങ്ങൾ കൊഴിഞ്ഞു
കാഴ്ച മങ്ങി കണ്ണിൽ പീള നിറഞ്ഞു
തല കറങ്ങുന്നു. എപ്പോഴും കിതപ്പ്
ദേഹാസകലം പഴുത്തൊലിച്ചു
ഭക്ഷണം പരിചരണം മരുന്ന് എല്ലാം ഒരു ദിവസം നിലച്ചു.
ഒടുവിൽ എന്താണ് സംഭവിച്ചതെന്നറിഞ്ഞുകൂടാ
മയക്കമുണർന്ന് നോക്കിയപ്പോൾ നടുങ്ങിപ്പോയി.
കൂടുകൊട്ടാരമില്ലാ പരിസേവകരില്ലാ.

ചേറ്റുപുഴപ്പാലത്തിന്റെ ഇരുഭാഗത്തും
വാഹനങ്ങളിൽ കൊണ്ടുവന്നു തള്ളിയ മാലിന്യക്കൂമ്പാരത്തിൽ
മറ്റൊരു മാലിന്യമായി ഞാനും വന്നടിഞ്ഞു.
കൊലവിളിച്ചലറിപ്പായുന്ന വാഹനങ്ങൾ
ശബ്ദത്തിന്റെ കൊടുങ്കാറ്റ്
പേടിച്ചരണ്ട് അങ്ങോട്ടോടി ഇങ്ങോട്ടോടി
കിതച്ചു വായിലൂടെ നുരയും പതയുമൊഴുകി
പാലത്തിനപ്പുറത്തുനിന്ന് മറ്റുപട്ടികൾ എന്നെ
സഹതാപത്തോടെ നോക്കുന്നുണ്ടായിരുന്നു

രാവുണ്ണി

ഭയത്തിന്റെ ഉടലായി ഈ തന്തപ്പട്ടി..
പട്ടിണി കിടന്ന് ശരിക്കും പട്ടിയായി
മുഴുപ്പട്ടിണി കിടന്ന് മുഴുപ്പട്ടിയായി.

എന്തോ തിന്ന് ഏതോ കുടിച്ച്
എങ്ങനെയോ പ്രാണൻ നിലനിർത്തി
മരണത്തേക്കാൾ ഭയാനകമായ ജീവിതം
ഇതും ജീവിതം!

അങ്ങിനെയിരിക്കെയാണ് വേറൊരു കൂട്ടുകൂടിയത്
രാവിലെ ഒരു നിലവിളി കേട്ടു നോക്കുമ്പോൾ
പുതിയൊരു പട്ടി സ്ഥലകാലഭ്രമത്താൽ പേടിച്ചരണ്ടും
വിശന്നു പൊരിഞ്ഞും ശ്വാസം കിട്ടാതെയും
മാലിന്യക്കൂമ്പാരത്തിൽ.
കണ്ടാലറിയാം ഉന്നതകുലജാതൻ, കൊട്ടാരവാസി,
വയസ്സൻ തിരസ്കൃതൻ

ഏകവചനം ബഹുവചനമായും
ബഹുവചനം ബഹുബഹുവചനമായും മാറുന്നത് എത്ര
പെട്ടെന്നാണ്

ഇതാ ചേറ്റുപുഴപ്പാലം
തിരസ്കൃതജീവിതത്തിന്റെ ചേറും
കണ്ണീരിന്റെ പുഴയും
വ്യാമോഹങ്ങളുടെ പാലവുമായി
അടുത്ത ഊഴക്കാരേയും കാത്തുനില്ക്കുന്നു
പാലത്തിനിടയിൽ
പഴയ ബസപകടത്തിൽ കൂട്ടമരണം വരിച്ചവർ
ഓപ്പീസു ചെല്ലാൻ തുടങ്ങിയിരിക്കുന്നു

ഇപ്പോൾ
നായെന്നോ നരനെന്നോ ഭേദമില്ലാതെ
ചേറ്റുപുഴപ്പാലത്തിൽ
ഏവരും കാത്തുനില്ക്കുന്നത്
ശുഭം എന്നെഴുതിയ വണ്ടിയാകുന്നു

എപ്പോഴും നേരം തെറ്റിയും
എവിടെയും വഴി തെറ്റിയുമോടുന്ന
വണ്ടിയാണല്ലോ അത്.

വൃക്ഷാവൃക്ഷാന്തം

മാമ്പഴം പെറുക്കാനെത്തിയ കുഞ്ഞുങ്ങളാണ്
ആ കാഴ്ച ആദ്യം കണ്ടത്
ദിവ്യരഹസ്യങ്ങൾ നിറഞ്ഞ സർപ്പക്കാവിൽ
മഞ്ചാടിയുടെയും ആഞ്ഞിലിയുടെയും കാരച്ചെടിയുടെയുമിടയിൽ
അതുവരെ പരിചയപ്പെട്ടിട്ടില്ലാത്ത ഒരു വൃക്ഷത്തെ
പ്രത്യക്ഷപ്പെട്ടിരിക്കുന്നു.

സൂചിയിലകളും ഇളംകമ്പുകളുമണിഞ്ഞ്
ഒരു സുന്ദരിക്കുട്ടിയെപ്പോലെ
വൃക്ഷത്തെ കുഞ്ഞുങ്ങളെ മാടിവിളിച്ചു.

കുഞ്ഞുങ്ങൾ പറഞ്ഞുകേട്ട് മുതിർന്നവർ ഓടിക്കൂടി
ഇതിലെന്ത് വാർത്താമൂല്യം എന്നു പുച്ഛിച്ച്
പലരും തിരിച്ചുപോയി
പിടികൂടപ്പെട്ട ഒരു പുള്ളിയെയെന്നവണ്ണം
ശേഷിച്ചവർ വൃക്ഷത്തെയിനെ അടിമുടി പരിശോധിച്ചു.

മാമ്പഴമണമില്ല ഇത് മാവല്ല.
ശീതള സുഗന്ധമില്ല ഇത് ചന്ദനമല്ല.
ചക്കച്ചുളയുടെ നിറമുള്ള തടിയല്ല ഇത് പ്ലാവല്ല
പേരക്കയുടെ സ്നേഹവായ്പില്ല ഇത് പേരയല്ല
മേലെ ചുവന്ന നക്ഷത്രങ്ങൾ വിരിയുന്നതല്ല
ഇത് വാകയല്ല.

കമ്പോട് കമ്പ് പടർന്നുകേറി തണൽ പെയ്യിക്കുന്നില്ല
ഇത് മഹാഗണിയല്ല
ഇരുമ്പിന്റെ തടിയല്ല ഇത് തേക്കല്ല
സർവ്വസഹനത്തിന്റെ തന്റേടമില്ല ഇത് ഇരുമുള്ളല്ല.
പഞ്ഞിയുടെ നനുനനുപ്പില്ല ഇത് പുളയല്ല.

അറിയാവുന്ന വൃക്ഷങ്ങളൊന്നും ഇപ്രകാരമല്ലല്ലോ എന്ന്
പണ്ഡിതന്മാർ നടുങ്ങുന്നു
കുഞ്ഞുങ്ങൾ മാമ്പഴങ്ങൾ തേടി അയൽപ്പറമ്പുകളിലേക്ക്
പോയിരിക്കുന്നു.

വാദകോലാഹലങ്ങൾക്കും
എതിർവിസ്താരങ്ങൾക്കുമിടയിൽ
ഗവേഷകരിലൊരാൾ പ്രഖ്യാപിച്ചു
ഇത് വിഷവൃക്ഷമാണ്
പരദേശിയും നിഷേധിയുമാകുന്നു
സദ്ഹൃദയന്മാർക്ക് തീരാവ്യാധിയുടെ പൂമ്പൊടികൾ
എറിഞ്ഞുകൊടുക്കുന്നു
ഭൂമിയുടെ ഞരമ്പ് ഊറ്റിയെടുത്ത് ഉണങ്ങിപ്പൊടിക്കുന്നു
ഈ വൃക്ഷം നമ്മളെ നമ്മളല്ലാതാക്കും
നാടിനെ നശിപ്പിക്കും

ഇങ്ങനെയൊക്കെ ആയിക്കൂടെന്നില്ലെന്ന്
ആരോ അരസമ്മതം മൂളി
ദൂരെനിന്ന് കുഞ്ഞുങ്ങളുടെ ആർപ്പുവിളികൾ
ഒരു കൂക്കുവിളിപോലെ അന്തരീക്ഷം കലക്കി.
പിന്നീട് എന്തൊരു പുകിലായിരുന്നു
ചർച്ചകൾ വിജ്ഞാപനങ്ങൾ പ്രഖ്യാപനങ്ങൾ
ആഹ്വാനങ്ങൾ പ്രതിഷേധ പ്രസ്താവനകൾ
സന്ധിയില്ലാപ്പോരാട്ടങ്ങളുടെ അഗ്നിസ്ഫുലിംഗങ്ങൾ
ചുരുങ്ങിയ നാളുകൾകൊണ്ട് ഗ്രാമം ഗ്രാമമല്ലാതായി.

ചർച്ചകൾക്കിടയിൽ വൃക്ഷത്തെ വളർന്നുകൊണ്ടിരുന്നു
പ്രതിഷേധങ്ങൾക്കിടയിൽ അതിന് ശാഖകളും
ഉപശാഖകളുമുണ്ടായി.
വെല്ലുവിളികൾക്കിടയിൽ വൃക്ഷത്തിന്റെ വേരുകൾ
മുറിച്ചിട്ട മറ്റൊരു മരം പോലെ
ഭൂമിക്കിടയിൽ എമ്പാടും പരന്നു
വൃക്ഷത്തോടൊപ്പം പോരാട്ടങ്ങളും

പോരാട്ടങ്ങളോടൊപ്പം വൃക്ഷവും വളർന്നുകൊണ്ടേയിരുന്നു.

വൃക്ഷത്തെ നിരോധിക്കുക എന്ന
അടിയന്തരാവശ്യവുമായി
ഒരു കാൽനട ജാഥ വൃക്ഷച്ചുവട്ടിൽ നിന്നാരംഭിച്ചു
ജാഥയുടെ സമാപനം കുറിച്ചുകൊണ്ടുള്ള മഹാസമ്മേളനവും
വൃക്ഷച്ചുവട്ടിൽ വെച്ചായിരുന്നു
വൃക്ഷത്തിനരികിൽ വെച്ചാണ്
സമരപ്രഖ്യാപനയോഗം നടന്നത്
വൃക്ഷച്ചുവട്ടിൽ ചേർന്ന സിമ്പോസിയത്തിൽ
പരിസ്ഥിതി ശാസ്ത്രജ്ഞന്മാരും ഗവേഷകരും പങ്കെടുത്തു
ചർച്ചകൾ വൃക്ഷത്തിൽ നിന്നാരംഭിക്കുകയും
വൃക്ഷത്തിലവസാനിക്കുകയും ചെയ്തു
ഗ്രാമവാസികളുടെ നിദ്രകളിൽ
വൃക്ഷം ശാഖോപശാഖകൾ വിരുത്തി വിടർന്നുനിന്നു
ഗ്രാമത്തിന്റെ ഏകപ്രശ്നം വൃക്ഷമാണെന്ന്
ചുരുങ്ങിയ കാലം കൊണ്ട് ഏവർക്കും ബോദ്ധ്യപ്പെട്ടു

അങ്ങനെയാണ് അതൊരു വിശുദ്ധമരമായത്
ആരോ വൃക്ഷത്തിനു ചുറ്റും തറകെട്ടി ഭംഗിയാക്കി
പിന്നീടൊരിക്കൽ ആരോ
അവിടെയൊരു
ദീപം കൊളുത്തിവെച്ചു
തുടർന്ന് എല്ലാ ദിവസവും അവിടെ ദീപങ്ങൾ തെളിഞ്ഞു

ദീപാരാധനകളും മലരർച്ചനകളും കൊണ്ട്
മുഖരിതമായ വൃക്ഷം
ഒരു കാവൽമാലാഖയായി ഞങ്ങളുടെ ഗ്രാമത്തെ
സദാ രക്ഷിച്ചുപോരുന്നു.

കൈനൂരിലെ പന്നികൾക്കു മുമ്പാകെ ഒരു ഭീമഹർജി

(അതിനുള്ള മറുപടി സഹിതം)

ബഹുമാനപ്പെട്ട പന്നികളേ,
ഇനി നിങ്ങളോടേ അപേക്ഷിക്കാനുള്ളൂ

നിങ്ങൾക്ക് പറഞ്ഞാൽ മനസ്സിലായെന്നു വരും
മന്ത്രിയല്ലല്ലോ
നിങ്ങൾ കണ്ടാലറിഞ്ഞെന്നു വരും
എമ്മെല്ലെ അല്ലല്ലോ
നിങ്ങളുടെ മനസ്സ് അലിഞ്ഞെന്നു വരും
സർക്കാർ അല്ലല്ലോ.

അറിയുക ഞങ്ങളുടെ ഇന്നലെ

മഹാകവികൾ കെട്ടിയുണ്ടാക്കിയ കവിതകളിലൊന്നും
ഇടം കിട്ടിയില്ലെങ്കിലും
ഇതുമൊരു പച്ചച്ച നാട്ടിൻപുറമായിരുന്നു
കുന്ന് പുഴ വയൽ മരങ്ങൾ ചെടികൾ കിളികൾ
കാറ്റ് സന്ധ്യ പുലരി
നാനാനിറങ്ങൾ നാനാമണങ്ങൾ
വിയർപ്പും കിതപ്പും വിശപ്പും കാമവും പൊരിച്ചിലും
പൊല്ലാപ്പും പെടാപ്പാടും
അവയ്ക്കിടയിൽ ഇത്തിരി സന്തോഷങ്ങളും
– ഞങ്ങളുടെ നാട്ടുജീവിതം

അതിനിടയിലേക്കാണ്
സർക്കാരും വികസനവും
വാദ്യഘോഷങ്ങളുടെ അകമ്പടിയോടെ
പാലം കടന്നുവന്നത്.

ആർപ്പുവിളിക്കാൻ ഞങ്ങളും കൂടി
മാലപ്പടക്കം പൊട്ടിച്ചത് ദേ, ഈ തങ്കപ്പനാ
മന്ത്രീടെ ചിരി; അദൃത്തിന്റെ കക്ഷത്തിനിടയിലൂടെ
എമ്മെല്ലേയുടെ കൂപ്പുകൈ
എല്ലാ ഭാരതീയരും എന്റെ സഹോദരീ സഹോദരന്മാരാകുന്നു
ജെയ് ഹിന്ദ്

അവരങ്ങു പോയി
പകരം തന്നത് പന്നിക്കുട്ടികളായിരുന്ന നിങ്ങളെയാണ്
അന്ന് മുതലീ കുന്നിൻമുകളിൽ നിന്ന്
മൂത്രത്തിന്റെയും അഴുക്കിന്റെയും പുഴ
കാട്ടത്തിന്റെയും വിസർജ്ജ്യങ്ങളുടെയും ഉരുൾപൊട്ടലുകൾ
ദുർഗ്ഗന്ധത്തിന്റെ കൊടുങ്കാറ്റ്
ഒരേ മണം ഒരേ മണം ഒരേ മണം
രോഗവാഹികളായ കൃമികീടങ്ങളുടെ
ആഗോളസമ്മേളനം
വികസനത്തിനുവേണ്ടി ത്യാഗം ചെയ്യണമെന്നും
സ്വാർത്ഥത കൈവെടിയണമെന്നും
ഏമാന്മാർ ഉദ്ബോധിപ്പിച്ചിരുന്നല്ലോ
അയ്യയ്യോ വികസനം
നാറ്റത്തിന്റെ വികസനം
അഴുക്കിന്റെ വികസനം
കൈനൂരെന്നാൽ അഴുക്കുകൂനയെന്നായി അർത്ഥം

കൈനൂരെന്നു കേൾക്കുമ്പോൾ
ആളുകൾ മൂക്കു പൊത്തുന്നു
കൈനൂരെന്ന് വായിക്കുമ്പോൾ
പട്ടണത്തിലെ കുട്ടികൾ ഓക്കാനിക്കുന്നു
വിരുന്നില്ല കൂട്ടില്ല കുറിയില്ല
ബന്ധുക്കൾ വരാതായി
പോസ്റ്റുമാൻ വരാതായി

ഞങ്ങൾക്ക് പന്നിമൃഗാദികളെയെല്ലാം ബഹുമാനമാണ്
തഹസീൽദാർ, കളക്ടർ, എമ്മെല്ലെ, മന്ത്രി

എന്നുവേണ്ട
കോൽക്കാരനെയും വാൾക്കാരനെയുമൊക്കെ
ഭയഭക്തിയാണ്
ഇന്ത്യൻ ഭരണഘടനയിൽ ഞങ്ങൾ മുട്ടിപ്പായി വിശ്വസിക്കുന്നു

ഞങ്ങൾ എല്ലാ വാതിലും മുട്ടി
തുറന്നില്ല
ഞങ്ങൾ സങ്കടങ്ങൾ എണ്ണിയെണ്ണി പറഞ്ഞു
ഫലിതം കേട്ടപോലെ അവർ ചിരിച്ചു മണ്ണുകപ്പി

ബഹുമാനപ്പെട്ട പന്നികളേ, പന്നിയവർകളേ
ഇനി നിങ്ങളേ ശരണം
ഒന്നു മാറിത്താ
ഞങ്ങളുടെ ആ പഴയ കുന്ന് പഴയ ആകാശം പഴയ പുഴ പഴയ വയൽ
പഴയ കാറ്റ് സന്ധ്യ പുലരി
പഴയ കിളികൾ പൂവുകൾ
ഒന്നുമില്ലേൽ ആ പഴയ കുടിവെള്ളമെങ്കിലും
തിരിച്ച് തന്ന്
ദയവായി ഇറങ്ങിപ്പോകൂ
ഞങ്ങൾക്കിതല്ലാതില്ല ഇടം, കൂട്, കൂട്ട്
ഒഴിവായിപ്പോയി ഞങ്ങളുടെ ജീവിതം, തിരിച്ചു തരൂ...

അനന്തരം പന്നിയവർകൾ പറഞ്ഞത്

ഞങ്ങൾ താഴെയും
നിങ്ങൾ മുകളിലുമായിരുന്നാലും
വലിയ മാറ്റമൊന്നുമുണ്ടായേക്കില്ല
മൂക്കു പൊത്തേണ്ടത് ഞങ്ങളാവുമെന്നു മാത്രം
നിങ്ങൾ മുകളിലിരുന്ന് വെറുതെ താഴേക്ക് കല്ലുകൾ വലിച്ചെറിഞ്ഞ്
രസിക്കുകയും ഞങ്ങൾ വേദനയേറ്റ് പുളയുകയും ചെയ്യും
തീറ്റ തരുന്ന ഏമാന്മാരുടെ കൈകളിൽ
ഞങ്ങളെ അറക്കാനുള്ള കത്തിയും ഞങ്ങൾ കണ്ടിട്ടുണ്ടെടോ

ആട്ടെ
മദ്യശാലയിൽ മൂക്കറ്റം കുടിച്ചു.
ഉപദംശമായി വന്നു പോർക്കിറച്ചിയിൽ ഫോർക്കിറക്കുമ്പോൾ

എന്നെങ്കിലും ഓർത്തിട്ടുണ്ടോ
ഏതെങ്കിലും കൈനൂരിന്റെ നാറ്റം, വേദന, നിലവിളി?
ആഘോഷവേളകളിൽ പലഹാരം പോലെ
ഞങ്ങളുടെ ഇറച്ചി നീട്ടി വലിച്ചു കടിച്ചു തിന്നു രസിക്കുമ്പോൾ
ചിന്തിച്ചിട്ടുണ്ടോ ഏതെങ്കിലും ഊരിന്റെ പകർച്ചവ്യാധികൾ,
വിസർജ്ജ്യക്കൂമ്പാരങ്ങൾ?

കൂടുകളെല്ലാമുണ്ടാക്കിയത് നിങ്ങൾ മനുഷ്യരാണ്
തുറന്നുവിട്. ഞങ്ങൾ പോയേക്കാം
ഞങ്ങൾ പോകുംവരെ നിങ്ങൾ ഒന്നാണ്
ഒന്നിച്ചു നില്ക്കുന്നു, ഒന്നിച്ചു മുഷ്ടി ചുരുട്ടുന്നു, ഒന്നിച്ചു
സംസാരിക്കുന്നു
ഒരു ദേശം, ഒരു ജനത, ഒരൊറ്റ മനുഷ്യൻ

ഞങ്ങൾ പോവുന്നതോടെ
നിങ്ങൾ പലതാവും
ജാതിയും മതവും ചേരിയും തിരിഞ്ഞ് പിരിഞ്ഞ്
തമ്മിൽ കൊന്ന് തിന്ന്
നിങ്ങൾ രാഷ്ട്രത്തിന്റെ മുഖ്യധാരയിലെത്തും

വാർത്താബോർഡിൽ
കൈനൂരിന്റെ പേര് മായ്ച്ചുകളഞ്ഞ്
ഇന്ത്യ എന്ന് രേഖപ്പെടുത്തും

അമംഗളം
അശുഭം
യാത്ര

(ഡോ. സുകുമാർ അഴീക്കോടിന്റെ നേതൃത്വത്തിൽ വർഷങ്ങൾക്കു മുമ്പ് കൈനൂർ നിവാസികൾ നടത്തിയ സമരത്തിൽ വായിച്ചത്)

ജ്ഞാനോദയം

വയറു കത്തി ഇറങ്ങിത്തിരിച്ചതാണ്
മണം പിടിച്ച് മുന്നേറിയതാണ്
മൂഷികവംശത്തിന്റെ മകുടമണിയായ
കഥാനായിക

ഓരോരുത്തർക്കുമുള്ള അന്നം
അവരവർ തന്നെ തേടണം, നേടണം, തിന്നുതീർക്കണം.
മൂഷിക സാമ്രാജ്യത്തിൽ പരാന്നഭുക്കുകളില്ല.

ഇര തേടുമ്പോൾ സൂക്ഷിക്കണം
മറ്റു ഹിംസ്രജന്തുക്കൾ ചാടിവീഴും
ഇര തേടുന്നയാൾ ഇരയായിത്തീരും

നേർക്കുനേർ വരുന്ന ശത്രു എത്ര മാന്യൻ
മനുഷ്യർ ചതിയന്മാർ
അന്നത്തിൽ വിഷം വെയ്ക്കും, കെണി വെച്ചു പിടിക്കും.
പൂച്ചയെ വിട്ട് വിളയാട്ടും
പെട്ടുകഴിഞ്ഞാൽ വിടുതലില്ല

കർക്കിടകമാണ്, പഞ്ഞമാണ്
ദുർഘടം എലികളെയും പിടികൂടും എന്നതാണല്ലോ
ആഗോളവല്ക്കരണത്തിന്റെ ഒന്നാം നിയമം.

സീരിയലിലെ കണ്ണീർപ്പാട്ട് കേൾക്കുന്നുണ്ട്
വീട്ടുകാരികൾ പൊട്ടിക്കരഞ്ഞും പൊട്ടിച്ചിരിച്ചും പൊട്ടികളായി
ആയുസ്സു പോക്കുന്നുണ്ട്
വീട്ടുകാരന്മാർ ഗ്ലാസുകൾ കൂട്ടിമുട്ടിച്ച് ചിയേഴ്സിൽ മുങ്ങി
നുരയുന്നുണ്ട്
ദൈവത്തിന് നന്ദി. ഇതുതന്നെ അവസരം

ഭാഗ്യം എപ്പോഴാണ് വരിക എന്നറിയില്ലല്ലോ
ഇതാ, തേടുന്ന ഇര
മുന്നിൽ റെഡിയായി കമ്പിയിൽ ഞാന്നു കിടക്കുന്നു
പൂർവ്വജന്മത്തിലെ പുണ്യം!

തള്ളയെലി ഒറ്റച്ചാട്ടത്തിന് ഇരയെ പിടികൂടിയതും
പെന്റഗൺ തകർന്നതുപോലെ അത്യുഗ്രമായ ശബ്ദത്തിൽ
കൂടിന്റെ വാതിലടഞ്ഞതും ഒറ്റ നിമിഷത്തിലായിരുന്നു

ആരും പരിഭ്രമിച്ചുപോകും
തള്ളയെലി ഇരയെ വിട്ട് കൂടിന്റെ കമ്പികൾ പൊട്ടിക്കാനും
പുറത്തുകടക്കാനും ശ്രമിക്കുക സ്വാഭാവികം
ആഗോളവല്ക്കരണത്തിൽ പുറത്തു കടക്കലില്ലെന്നു മനസ്സിലാക്കാൻ
കുറച്ചു സമയമെടുത്തു.

പ്രതികൂല സാഹചര്യങ്ങളോട് പൊരുത്തപ്പെടുക
സാഹചര്യങ്ങളെ സർഗ്ഗാത്മകമാക്കുക എന്ന നൂതനാഹ്വാനം
എലിച്ചിത്തത്തിൽ തെളിഞ്ഞു
കമ്പികൾക്ക് നല്ല ബലം. എത്ര സുരക്ഷിതമാണ് ഉള്ളിൽ!
സ്വാതന്ത്ര്യമാണോ
സുരക്ഷിതത്വമാണോ പ്രധാനം എന്നൊരു ദാർശനിക പ്രശ്നം
അപ്പോൾ പൊന്തിവന്നു
മഹാന്മാരുടെയും ബുദ്ധിജീവികളുടെയും ഉദ്ധരണികളിൽ
തള്ളയെലി ചിക്കിച്ചികഞ്ഞു.

സമരക്കാലം കഴിഞ്ഞു
സമരസക്കാലമാണിത് എന്ന ഉദ്ധരണി
തേടിയ വള്ളിയായി ചുറ്റിപ്പിണഞ്ഞു
അനന്യമായ സുരക്ഷിതത്വത്തിൽ
തള്ളയെലി തന്നെ കാത്തുകിടക്കുന്ന ഇരയെ കരണ്ടു തിന്നാൻ
തുടങ്ങി

ശത്രുക്കൾ കടന്നുവരില്ല
ഇരയിൽ പങ്കുപറ്റാൻ സഹവാസികൾ വരില്ല
സ്വസ്ഥം ശാന്തം.

വന്നുചേർന്ന എലികൾ
കൂടിനുള്ളിലേക്ക്
സാകൂതം നോക്കി
തങ്ങളിലൊരാൾ മാത്രം കറുമുറെ പശിയാറ്റുന്നതുകണ്ട്
അവർക്ക് കൊതി പെരുത്തു

ഇതിനോടകം ജ്ഞാനിയായിത്തീർന്ന തള്ളയെലി വിളിച്ചു പറഞ്ഞു
'കുട്ടരേ,
ഓരോരുത്തർക്കും വേണ്ട അന്നം
ഓരോരുത്തർക്കും വേണ്ട താവളം
അവരവർ തന്നെ കണ്ടെത്തേണ്ടിയിരിക്കുന്നു
അർഹതയുള്ളവർ അതിജീവിക്കും

ഈശ്വരകൃപയാൽ
ഞാൻ ഇവിടെ സുരക്ഷിതയായി

ഇനിയൊട്ടും നേരം കളയരുത്
നിങ്ങളും ഏതെങ്കിലുമൊരു പത്തായത്തിൽ
അഭയം കണ്ടെത്തുവിൻ!...'

കൂമാവതാരം

ആകാശത്തിലേക്ക് ശാഖകൾ നീട്ടി വിരിഞ്ഞു നിന്ന
വൃക്ഷത്തിന്റെ കൊമ്പിലിരുന്ന്
വിടർന്ന കണ്ണുകളാൽ കൂമൻ ലോകഗതി നിരീക്ഷിച്ചു

ചോറ്റുപാത്രവും പ്രാരാബ്ധങ്ങളും പേറി പാഞ്ഞുപോകുന്ന
ഗുമസ്തന്മാരിലാരോ ആണ്
കൂമന്റെ രഹസ്യനിരീക്ഷണം കണ്ടുപിടിച്ചത്
മഴയും വെയിലും മഞ്ഞും മിന്നലും വരി നിന്നും വന്നുപോകുമ്പോഴും
കൂമൻ അതേ സ്ഥാനത്ത്, അതേ മട്ടിൽ-
പൈതലിനെപ്പോലെയെന്നും
പൊലീസുകാരനെപ്പോലെയെന്നും
രാക്ഷസനെപ്പോലെയെന്നും
ഉപമകൾ തമ്മിലേറ്റുമുട്ടി

പഴമയും പായ്യാരവും കൂട്ടി മുറുക്കിത്തുപ്പുന്ന
കാരണവർ പറഞ്ഞു
പ്രാണൻ കൂടുവിട്ടു കൂടുമാറിവന്ന ഒരുവനിത്
ദുഷ്ടനായ ഏതോ ദുർമന്ത്രവാദിയുടെ ഇര
ഇതെന്റെ പഴയ കാമുകിയല്ലേയെന്ന്
ഇതെന്റെ ഓടിപ്പോയ മകനല്ലേയെന്ന്
ഇതെന്റെ ദുർമ്മരണപ്പെട്ട പെങ്ങളല്ലേയെന്ന്
വിഷം കുടിച്ചു മരിച്ച അയല്ക്കാരനല്ലേയെന്ന്
അല്ലേയല്ലേയെന്നുകൾ നിലവിളിച്ചു

കൈക്കൂലിക്ക് കൈനീട്ടിയ കണക്കപ്പിള്ള ഞെട്ടി
കൂമൻ കാണുന്നുവല്ലോ!
ലോക്കപ്പുമുറിയിൽ കരഞ്ഞുകൊണ്ടിരുന്ന അഭിസാരികയിൽ
ആസക്തനായടുത്ത നിയമപാലകൻ ഞെട്ടി
കൂമൻ കാണുന്നുവല്ലോ
കള്ളത്രാസിൽ അരിയളക്കവെ വ്യാപാരി ഞെട്ടി
കൂമൻ കാണുന്നുവല്ലോ

കോടതിയിൽ, ആപ്പീസിൽ, വരാന്തയിൽ, തെരുവിൽ
വീട്ടകങ്ങളിൽ
കൂമന്റെ നിത്യസാന്നിദ്ധ്യം!

പകൽനേരം മുകളിലിരുന്ന് തുറിച്ചുനോക്കുന്ന കൂമനെ
കാണാതിരിക്കുക ശ്രമസാദ്ധ്യമത്രേ
കണ്ണുകളൊന്ന് അടച്ചുകൊടുക്കുക

രാത്രിനേരം മനസ്സിന്റെ ഉള്ളറകളിലെവിടെ നിന്നോ വന്ന്
സ്വസ്ഥനിദ്രയെ തകർക്കുന്ന കൂമനെ
കാണാതിരിക്കുന്നതെങ്ങനെ?

സദാചാരികളും മാന്യന്മാരുമായ ഞങ്ങളേവരുമിപ്പോൾ
കണ്ണടച്ചും കണ്ണുതുറന്നും
കൂമനിൽ നിന്ന് രക്ഷപ്പെടാൻ ശ്രമിച്ചുകൊണ്ടേയിരിക്കുന്നു.

കാക്ക വരുത്തിവെച്ച വിന

ചെരിഞ്ഞ ലോകം നേരിൽ കാണ്മതിനാണ്
കാക്ക ചെരിഞ്ഞു നോക്കാൻ തുടങ്ങിയത്
മുപ്പത്തിരണ്ടു ഡിഗ്രിയിൽ ചെരിഞ്ഞ്
സ്വന്തം അച്ചുതണ്ടിൽ നില്പുറപ്പിക്കാൻ പാടുപെടുന്ന ഭൂമിയിൽ
ചെരിഞ്ഞു മാത്രമേ നില്ക്കാനാവൂ
സൂര്യനിലേക്ക് ചെരിഞ്ഞു നില്ക്കുന്ന മരങ്ങൾ
സമുദ്രത്തിലേക്ക് ചെരിഞ്ഞൊഴുകുന്ന പുഴകൾ
ചെരിഞ്ഞ ആന
ചെരിഞ്ഞ കാനനം
ചേരിചേരാച്ചേരിയുടെ
ചെരിഞ്ഞമരൽ

കാക്കച്ചെരുവിലൂടെ ഒരു കാഴ്ച കടന്നുവരുന്നു
പിസാഗോപുരം മാത്രം
ചെരിയാതെ നില്ക്കുന്നു
അതിശയം തന്നെ ഈ നേരെനില്ക്കൽ
അതും ഇതുപോലൊരു മുടിഞ്ഞ കാലത്ത്
ആഗോളീകരണത്തിന്റെ അധിനിവേശമൊന്നും
ഈ വിഡ്ഢി അറിഞ്ഞില്ലെന്നുണ്ടോ

കാക്ക കാറ്റായി മാറി
ഇങ്ങേലെ പൂമ്പൊടി അങ്ങേൽ കൊണ്ടിട്ടു
വേലിയെ പറിച്ചുകൊണ്ടുപോയി കടലിലിട്ടു
പടുമരങ്ങളെ മറിച്ചിട്ടു പൈതങ്ങൾക്കു പ്രഭാതം നല്കി
തൊഴുത്തുകളും ലായങ്ങളും പന്തികളും പൊളിച്ചിട്ടു

ചത്തതും ചീത്തയും ചീഞ്ഞതും വിഷമാകുന്നു
വിഷം തൊണ്ടയിൽ കുടുങ്ങി ശ്യാമകണ്ഠനായി
വിഷം ദേഹാസകലം പരന്ന് കറുമ്പനായി....
കാക്ക കറുത്തത് ഇങ്ങനെയെന്ന് വംശചരിത്രം
തെരുവിലും താഴ്‌വാരങ്ങളിലും ശവങ്ങൾ നിറഞ്ഞു
ലോകത്തിന്റെ വിഷം കൊത്തിത്തിന്നു
കാക്ക ഭൂമിയെ പരിപാലിച്ചു.

കാക്ക സമുദ്രമായി
സാമ്രാജ്യങ്ങളെ പകുത്തിട്ടു
വൻകരങ്ങളെ ഒട്ടിച്ചും പൊട്ടിച്ചും
കുഞ്ഞുങ്ങൾക്ക് കളിയിടങ്ങൾ പണിതു
കാക്ക മുൾവടിയായി അവതരിച്ച്
പള്ളിമേടയിൽ നിന്ന്
കള്ളച്ചുങ്കക്കാരേയും പാതിരിമാരേയും ആട്ടിയോടിച്ചു
കാക്ക കറുപ്പു നിറത്തിൽ ആറാടി
കാളിയനെ മർദ്ദിച്ചു.
ഗോവർദ്ധനഗിരി കുടയായ് ചൂടി
പുലിപ്പുറത്തു കയറി വന്ന് കൊട്ടാരം വളഞ്ഞു
കിരീടങ്ങളെ കോമാളിത്തൊപ്പികളാക്കി
വലിച്ചെറിഞ്ഞു.

കുറ്റകൃത്യങ്ങളുടെ ഉത്തരവാദിത്വമേറ്റെടുക്കുന്ന
ചാവേർ സംഘങ്ങളെപ്പോലെ
കാക്ക സ്വന്തം നാമം വിളിച്ചുപറഞ്ഞുകൊണ്ടിരുന്നു.
സ്വന്തം പ്രവൃത്തികൾ വിളംബരം ചെയ്തുകൊണ്ടിരുന്നു.

പ്രിയവായനക്കാരേ,
ഇത്രത്തോളം വായിക്കുമ്പോഴേക്കും
ഞാൻ പറഞ്ഞുകൊണ്ടിരിക്കുന്നത്
കാക്കയെക്കുറിച്ചല്ലെന്ന് നിങ്ങൾ മനസ്സിലാക്കിയിരിക്കും
ശരീരത്തിനുള്ളിൽ പെട്ടുപോയ
ഒരു പക്ഷിയാണല്ലോ മനസ്സ്
കൊമ്പത്തിരുന്ന് പ്രാകുന്ന, നിലവിളിക്കുന്ന
ദൂരദൂരങ്ങളിലേക്ക് ചെരിഞ്ഞുനോക്കുന്ന
അകത്തേക്കും പുറത്തേക്കും ഒളിക്കണ്ണിടുന്ന
ആട്ടിയാലും പോകാത്ത
എറിയുമ്പോൾ കൊത്താൻ വരുന്ന
പരേതരുടെ പകയും വീറുമായെത്തുന്ന
ശാന്തമായൊരു നിമിഷം പോലും അനുഭവിച്ചിട്ടില്ലാത്ത
ഈ അകപ്പക്ഷിയെ
മറ്റേതു പേരിട്ടു നാം വിളിക്കും?

കാക്കയും കൊക്കും തമ്മിലെന്ത് എന്ന വിഷയത്തെക്കുറിച്ച് ഒരു പ്രബന്ധം

കാക്ക കൊക്കാകും

അതിന് ജീവശാസ്ത്രമൊന്നും വേണ്ടെടോ
ആർക്കും വേണ്ടാതെ കിടക്കുന്ന വെറും വ്യാകരണം മതി
പ്രഥമാക്ഷരത്തിലെ ആകാരത്തെ ഒകാരമാക്കുക
ദ്വിതീയാക്ഷരത്തിലെ അകാരത്തെ സംവൃതോകാരമാക്കുക
ഇങ്ങനെ അപസ്വരത്തെ സ്വരമാക്കുക
ഏതു കാക്കയും കൊക്കാക്കിപ്പോകും

വാസ്തവത്തിൽ സ്വരമേതാണ്, അപസ്വരമേതാണ്?
കാക്ക സ്വരമോ അപസ്വരമോ?
അറിയുക, കാക്കയിലുണ്ട് ആദിമസ്വരങ്ങൾ
കാക്കകളിലുണ്ട് കാമുകർ, വിരഹികൾ
ദിവാസ്വപ്നം കാണുന്നവർ
പ്രണയിക്കാക്കകൾ പാടിപ്പാടി അലയും
അമ്മക്കാക്കകൾ പൊൻകുഞ്ഞുങ്ങളെ താരാട്ടുപാടിയുറക്കും
കവിക്കാക്കകൾ പ്രവാചകഗീതങ്ങൾ ആലപിക്കും
ചങ്ങാതീ, കാക്കയാണ് സ്വരം
സ്വരമാണ് കാക്ക,
പെൺകാക്ക മാതൃത്വമാതൃകയാണ്
ഏതു മുട്ടയും എന്റേത്
ഏതു കുഞ്ഞും എൻകുഞ്ഞ് പൊൻകുഞ്ഞ്
അമ്മയുടെ ശബ്ദം ഈശ്വരന്റെ ശബ്ദമായി മാറുന്നു

ആൺകാക്കകൾ പിതൃസ്വരൂപങ്ങളാണ്
കോടാനുകോടി ജന്മങ്ങളുടെ വേവും നോവും നിനവുമുണ്ട്
ആ കൂർത്ത കണ്ണുകളിൽ
ചെരിഞ്ഞ മനുഷ്യർ, ചെരിഞ്ഞ മരങ്ങൾ,
ചെരിഞ്ഞ കുന്നുകൾ
ചെരിഞ്ഞുചെരിഞ്ഞു പോകുന്ന ഈ ലോകത്തെ നോക്കിനോക്കിയാണ്
കാക്കക്കാഴ്ച ചെരിഞ്ഞു പോയത്

കൊക്കിന്റെ കഥ പറയണോ?
തിന്നാനുള്ള അവയവം തന്നെ പേരായി
തീറ്റ തന്നെ ജന്മകർമ്മമായി
തിന്നൊടുക്കാനും തിന്നൊടുങ്ങാനും മാത്രമായി ഒരു ജന്മം!
അഴകും അന്നവും ആർത്തി
സ്വന്തം ഉടലിനു വേണ്ടി മാത്രം ജീവിതം

കാക്കയുടെ കാര്യമോ
കർമ്മം ലോകപാലനം
ജന്മാന്തരങ്ങളിലെ പാലം
സംഘജീവിതത്തിന്റെ ആരവം
കാക്കയ്ക്ക് കൊക്കാവേണ്ട കാര്യമെന്ത്?
ചീത്തയില്ലാലോകത്തിനും
ചീത്തയല്ലാലോകത്തിനും വേണ്ടി
കാക്ക സ്വന്തം കൊക്കു കൂർപ്പിക്കുന്നു

എന്നിട്ടെന്താണ്?
എത്ര കൊത്തിപ്പെറുക്കിയിട്ടും
വെടിപ്പാവാത്ത, മുടിഞ്ഞൊരു ലോകം
ഇവിടെ കറുപ്പാണ് സത്യം
കാക്കക്കറുപ്പാണ് പരമസത്യം

വാസ്തവത്തിൽ കാക്കയ്ക്ക് കൊക്കായി വേഷം കെട്ടൽ എളുപ്പമാണ്
കുടുമ, പൂണൂൽ, ജപിച്ചൂതൽ, ഗംഗാസ്നാനം, യാഗം, വേദം
വ്യാകരണം, ചായം, ചമയം
എന്നിങ്ങനെ നൂറുനൂറുപായങ്ങൾ
എന്നാൽ കൊക്കിന് കാക്കയാവുക എളുപ്പമല്ല.
ദേഹത്തെ ചായങ്ങൾ ഓരോന്നായി ഊരിക്കളയണം
കെട്ടിയ വേഷങ്ങൾ ഒന്നൊന്നായി അഴിച്ചുവെക്കണം
തലക്കനമെല്ലാമിറക്കിവെച്ച്
ചെരിഞ്ഞുചെരിഞ്ഞു ലോകത്തെ സൂക്ഷിച്ചുനോക്കണം

ഏറുകൊള്ളണം
പ്രാകിപ്പറക്കണം
പ്രപിതാക്കളുടെ നെഞ്ചകങ്ങളിലെ വേവലാതിയോടെ അലഞ്ഞു
തിരിയണം
നിലവിളിയിലേക്ക് ആരവത്തോടെ പറന്നിറങ്ങണം
കറുത്തവന്റെ അവസാനിക്കാത്ത ആത്മവീര്യമായി
പോരുപിടിക്കണം

ആകയാൽ
ഇന്നുവരെ കാക്ക കുളിച്ചിട്ടില്ല
കൊക്കായിട്ടില്ല.

പ്രളയം കടക്കുന്നതെങ്ങനെ?

പ്രളയമാകുന്നു
ജന്തുകുലം അവസാനരക്ഷയ്ക്ക് വേണ്ടി
ഓരോ വാതിലിലും മുട്ടിവിളിക്കുന്നു
പ്രളയം വാതിലുകൾ വിഴുങ്ങുന്നു
കാറ്റും വെളിച്ചവും തണലും തിന്നൊടുക്കി
പ്രളയം പാഞ്ഞു നടക്കുന്നു

എങ്ങനെയാണ് പ്രളയം കടക്കുക എന്ന്
കൂട്ടനിലവിളികൾക്ക് തീ പിടിക്കുന്നു.

ഉദരത്തിലും കക്ഷത്തും പല്ലിടയിലും ഇരകളെക്കോർത്തുവെച്ച്
അടുക്കടുക്കായി വിജയാഘോഷങ്ങൾ ചേർത്തുവെച്ച്
നിലവിളികളിൽ അമർത്തിച്ചവിട്ടി
പ്രളയം
വെല്ലുവിളികളിൽ വിനോദിച്ചു
കർമ്മത്താൽ ഞാൻ നിങ്ങളെ കടക്കുന്നു
കർമ്മത്തിൽ ധീരന്മാർ എന്നെയും കടക്കുക

ഒരാൾ കടന്നുപോയി
കലപ്പകൊണ്ട് കർഷകർ പ്രളയം കടന്നു
ചതിയൻ കണ്ണുകളിൽ ക്രൗര്യം നിറച്ച്
കിളുന്തുമാംസം തേടി നടന്ന അറവുകാരൻ
ചുഴിയിൽ മുങ്ങിത്താണു

ഒരാൾ കടന്നുപോയി

വൈരാഗ്യം നിറഞ്ഞ മന്ദഹാസത്താൽ സന്ന്യാസി
അണ്ഡകടാഹങ്ങളെ ചേർത്തും പേർത്തും വ്യാഖ്യാനിച്ച്
സ്വന്തം പാണ്ഡിത്യത്തിന്റെ ആമത്തൊണ്ടിൽ
വിശ്രാന്തി കണ്ടെത്തിയ ദാർശനികൻ
തിരമാലയിൽ ഒടുങ്ങി

കാണികൾ ആരുമുണ്ടായിരുന്നില്ല
എല്ലാവരും പ്രാണരക്ഷയ്ക്ക് പെട്ടകങ്ങളെ
വിളിക്കുകയായിരുന്നല്ലോ

ആരാലും മനസ്സിലാക്കപ്പെടാത്ത ദർശനഗുരുത്വത്തിൽ
കഴുത കടന്നുപോയി
കുടിലബുദ്ധികൊണ്ട് സാധുമൃഗങ്ങളെ വെന്ന
കുറുക്കൻ മുങ്ങിച്ചത്തു
പ്രളയത്തിന്റെ കൊലച്ചിരിയിൽ ജീവജാലം നടുങ്ങി

ലോകത്തിനു മുഴുവനായി ദാനം ചെയ്ത മുലപ്പാലിലൂടെ
മഹാഗണി പ്രളയം കടന്നു
വന്മരങ്ങളിൽ ശീതളച്ഛായയും
അന്നന്നത്തെ
അപ്പവും തേടിയിരിപ്പുറപ്പിച്ച
ഇത്തിക്കണ്ണികൾ കൂട്ടമരണം വരിച്ചു

ഭൂമിയുടെ നിലവിളിയിൽ സംഗീതത്തിന്റെ
സുഷിരം പണിത്
ഇഴഞ്ഞുനടന്ന
മണ്ണിര പ്രളയം കടന്നു
ഇരയുടെ പ്രാണവേദനയിൽ
കളിവിളയാട്ടം കണ്ടെത്തിയ പൂച്ച
നാലുകാലും മലച്ച് ഒലിച്ചുപോയി
അഹന്തയുടെ കിണറ്റിൽ കണ്ടെത്തിയ
സ്വന്തം പ്രതിച്ഛായയിൽ
സിംഹം മുങ്ങിച്ചത്തു
മുയൽ, നിഷ്കളങ്കമായ നന്മകൊണ്ട്
പക്ഷികൾ, ആലപിച്ചുതീരാത്ത സംഗീതംകൊണ്ട്
അശ്വം, തളർച്ചയറിയാത്ത വേഗംകൊണ്ട്
പേടമാൻ, സ്നേഹം പഠിപ്പിക്കുന്ന കണ്ണുകൾകൊണ്ട്
പ്രളയം കടക്കുന്നു

പ്രളയത്തിന്റെ വിസ്മയങ്ങളിൽ
കുരുതി ചെയ്യപ്പെട്ടവരെല്ലാം
തിരിച്ചുവന്നു

ആത്മഹത്യചെയ്ത കമിതാക്കൾ
പൂക്കളും സംഗീതവും തൂകി തിരിച്ചുവന്നു
വീടാക്കടത്തിൽ ചാടി ജീവനൊടുക്കിയവർ
പൊന്നും പുലർച്ചയുമായി മടങ്ങിവന്നു

പിന്നീട്
ഒരാൾകൂടി പ്രളയം കടന്നു
നിന്നോടുള്ള അത്യഗാധവും അവസാനമില്ലാത്തതുമായ
പ്രണയം കൊണ്ട്
ഞാൻ പ്രളയം കടന്നു

പ്രണയത്തിന്റെ നേരവകാശി
പ്രളയത്തിനെതിരെ
ഇരുളിൽ സൂര്യനെന്ന പോലെ ഉദിച്ചു നിന്നിരുന്നു!

നിദ്രാടകരുടെ ഊഴം

നിലാവിന്റെ തിരികൾ അണഞ്ഞുപോയ ഒരു രാത്രിയിൽ
മണൽപ്പരപ്പിൽ വിരിഞ്ഞുനിന്ന കള്ളിച്ചെടികൾക്കിടയിലൂടെ
ഒരു സുന്ദരിപ്പാമ്പ് ഇഴിഞ്ഞുവന്നു
കള്ളിപ്പടർപ്പിന്റെ മുകളിൽ പിണഞ്ഞുകിടന്ന്
താളബദ്ധമായി അത് സീല്ക്കാരമുതിർക്കാൻ തുടങ്ങി
ക്രമേണ സീല്ക്കാരം മകുടിയുടെ ഉന്മത്തവേഗം കൈക്കൊണ്ടു.

ഓർമ്മയുടെയും അറിവിന്റെയും വീടുകൾ വീട്ട്
ആളുകൾ പുറത്തേക്കിറങ്ങിവന്നു
ദിനരാത്രങ്ങളുടെ പതിവുകൾ കഴുകിക്കളഞ്ഞ്
ഏവരും സുന്ദരന്മാരും സുന്ദരികളുമായി തെരുവിലെത്തി
പുറംലോകത്തിന് അകാലയൗവ്വനത്തിന്റെ
ഉത്സവത്തിമിർപ്പ്!

സ്വർണ്ണവർണ്ണമിയന്ന ശല്ക്കങ്ങളിൽ ചേതോഹരിയായി
ജലതരംഗം പോലെ ഉടൽ മിന്നിച്ച്
അതിമോഹനമായ സീല്ക്കാരവുമായി
സുന്ദരിപ്പാമ്പ് ജനപദങ്ങളിലൂടെ ഇഴഞ്ഞുനടന്നു
രാവിൽ കാത്തിരിക്കുന്ന അഭിസാരികയെപ്പോലെ
വണിക്കുകളുടെ വിളംബരം മുഴങ്ങുന്ന തെരുവ്
ആളുകളെ പ്രലോഭിപ്പിച്ചു.

മാതാപിതാക്കളെ വിട്ട് മക്കൾ

മുത്തശ്ശിയെ വിട്ട് കുഞ്ഞുങ്ങൾ
പ്രണയം കളഞ്ഞ് തരുണർ
മക്കളെ കളഞ്ഞ് അമ്മമാർ
പരസ്പരം പറിച്ചെറിഞ്ഞ് മർത്ത്യകുലം ഓടിയെത്തി.

ഇത്രയും കാലം എവിടെയായിരുന്നു.
ലോകത്തിന്റെയീ പ്രലോഭനീയസൗന്ദര്യം
എന്നാശ്ചര്യപ്പെട്ട്
ആൾക്കൂട്ടം ആസക്തരായി.

വരുവിൻ, വാങ്ങുവിൻ, സന്തോഷിപ്പിൻ എന്ന്
തെരുവുകൾ മുഴുങ്ങിക്കൊണ്ടിരിക്കെ
ആളുകൾ ഓടിയോടി മുന്നേറിക്കൊണ്ടിരിക്കെ
സുന്ദരിപ്പാമ്പിന്റെ മകുടിനാദം
ദിക്കെമ്പാടും പതഞ്ഞുകൊണ്ടിരുന്നു
ആളുകളോ അവളെ കണ്ടതുമില്ല.

ഒരേ കൂരയിൽ നിന്നിറങ്ങി വന്നവർപോലും
തമ്മിൽ തിരിച്ചറിഞ്ഞില്ല
പാരസ്പര്യത്തിന്റെ സ്നേഹപ്പാലങ്ങൾ തകർത്ത്
അവർ ഭിന്നഭാഷകളിൽ സംസാരിച്ചു
ആളുകളുടെ വേഗത്തിൽ ആസക്തയായി
സുന്ദരിപ്പാമ്പ് അവരിലൂടെ പാഞ്ഞുനടന്നു
മകുടിയുടെ വശ്യസംഗീതത്തിൽ കുളിപ്പിച്ച്
ആളുകളുടെ ശിരസ്സിൽ
സുന്ദരിപ്പാമ്പ് മുട്ടയിട്ടു

കാലം ചെന്നപ്പോൾ
മുട്ടകൾ വിരിഞ്ഞ്
സുന്ദരിക്കുഞ്ഞുങ്ങൾ പുറത്തിറങ്ങി
ആയിരമായിരം മകുടിയുടെ സിംഫണിയാൽ
ഭൂതലം മുഖരിതമായി
ഏകാകികളുടെ വിഹ്വലവിലാപങ്ങൾ
കേൾപ്പോരില്ലാതെ ഒടുങ്ങിപ്പോയി.

പിന്നീടാരും
സ്വന്തം അകങ്ങളിൽ തിരിച്ചെത്തിയില്ല...

www.ingramcontent.com/pod-product-compliance
Lightning Source LLC
LaVergne TN
LVHW060128051026
849517LV00007B/2429
* 9 7 8 9 3 9 3 4 6 8 2 1 5 *